போர்ட்டோ ரிக்கோவில் பரதேசி

பரதேசியின் பயணங்கள் - 5

பரதேசி ஆல்ஃபிரட் தியாகராஜன்

Ukiyoto Publishing

இந்த படைப்பு *Pachyderm Tales* உடன் இணைந்து தயாரிக்கப்படுகிறது

www.pachydermtales.com

இந்நூலில் நீங்கள் பரதேசியுடன் சுற்றிப் பார்க்கப் போகும் போர்ட்டோ ரிக்கோ சுற்றுலாத்தலங்கள்:

1. பான்சே, இயற்கை அழகு கொஞ்சும் கடற்கரை நகரம்
Ponce, the beautiful Sea shore city

2. எல் யங்க்கி, மிகப் பழமை வாய்ந்த மழைக்காடுகள்
EL Yunque, the Oldest Rain Forests

3. சேன் வான், போர்ட்டோ ரிக்கோவின் தலைநகரம்
San Juan, the Capital of Peurto Rico

4. லா ஃபோர்ட்டலிசா, பழம்பெரும் அதிகார மாளிகை
La Fortaleza, Oldest Executive Mansion

5. சேன் ஃபெலிப்பே டெல் மோரோ, உலகப் பாரம்பரியச் சின்னம்
Castillo San Felipe del Morro

6. ஐலா வெர்டே, காண்போரைக் கவர்ந்திழுக்கும் கடற்கரை
Isla Verde Beach

7. போர்ட்டோ ரிக்கோ சட்டமன்றக் கட்டடம்
El Capitolio de Puerto rico

8. டி சான் கிறிஸ்டபல், மாபெரும் ஸ்பானியக் கோட்டை
Castillo de San Cristobal

இவை தவிர, போர்ட்டோ ரிக்கோவின் தீவுப் பண்பாடு சார்ந்த வாழ்க்கைமுறை குறித்த அறிமுகம்,

சிங்கம், புலி போன்ற கொடிய விலங்குகள் எதுவும் இல்லாத அதிசயக் காடு பற்றிய விவரிப்புகள்,

ஆங்கிலம் துளியும் அறியாத ஒர் அமெரிக்கப் பகுதியான போர்ட்டோ ரிக்கோவின் சுவையான வரலாறு,

தமிழ்நாடு போலவே ஐந்து வகையான நிலங்களும் கொண்ட போர்ட்டோ ரிக்கோவின் இயற்கை அழகு குறித்த வருணனை,

சுற்றுலா போன ஒரு தமிழ்க் குடும்பம் உணவு கிடைக்காமல் அடைந்த நகைச்சுவைத் திண்டாட்டம்,

அனைத்தையும் எழில் கொஞ்சும் படங்களுடன் படிக்க, பார்க்க, சுவைக்க வாருங்கள் உள்ளே!

உள்ளடக்கம்

வண்டுகளும் மண்டுகளும்

இந்த 2013 கோடைக்காலம் முழுவதும் சிற்றுலாக்கள் பல போய்க் கொண்டிருந்தாலும் ஒரு சுற்றுலாவாக எங்கேயாவது தூரமாய்ப் போக வேண்டும் என்று மனைவி, பிள்ளைகள் நச்சரித்ததால் போர்ட்டோ ரிக்கோ போகலாம் என உச்சரித்தேன். மூன்று மாதத்திற்கு முன்னாலேயே திட்டமிட்டு, நான்கு பேருக்கும் விமான டிக்கெட்டுகளும் ஹோட்டல் புக்கிங்கும் எக்ஸ்பீடியாவில் வாங்கினேன்.

கொஞ்சம் சல்லிசாய்க் கிடைக்குமென்பதால் டைரக்ட் ஃபிளைட் பிடிக்காமல் நடுவில் ஒரு ஸ்டாப் எடுத்தோம். ஜான் கென்னடி விமான நிலையத்தில் ஜெட் புளூ பிடித்தோம்.

ஃபுளோரிடாவில் உள்ள ஃபோர்ட் லாடர்டேவில் ஸ்டாப் பண்ணிய சமயம் சும்மா அலையும்போது ஹெல்'ஸ் கிச்சன் பார்த்தேன். டி.வி ஷோ போல் இல்லாமல் நிதானமாகத்தான் வேலை செய்து கொண்டு இருந்தார்கள். ஒரு மணி நேர இடைவேளை விட்டு அடுத்த ஜெட் புளூ பிடித்து ஆகஸ்ட் 8, 2013 - சனிக்கிழமை இரவு 9 மணிக்குத் தலைநகர் சேன் வானுக்கு (San Juan) வந்து சேர்ந்தோம்.

பைகளை பேக்கேஜ் கிளைமில் பொறுக்கிக் கொண்டு வெளியே வர, பே-லெஸ் (Payless) வாடகைக் கார் கம்பெனி வேன் தயாராய்க் காத்துக் கொண்டிருந்தது. ஒரு பதினைந்து நிமிடப் பயணத்தில் ரென்டல் கார் வந்து சில ஃபார்மாலிட்டீஸ் முடித்து கியா வாடகைக் காரை எடுத்தோம். ஜி.பி.எஸ்-இல் முகவரியைப் போட்டுத் தட்டித் தடவி எல் கனேரியோ பொட்டிக் (EL

CANARIO Boutique) ஹோட்டலுக்கு வந்து சேர்ந்தபோது இரவு 11:00 மணி.

அந்த ஏரியாவே ஒளிரும் விளக்குகளால் மின்னி, எங்கும் துள்ளல் இசை வெடித்துக் கொண்டிருந்தது. ஆஷ்ஃபோர்ட் அவனிடா போர்டோ ரிக்கோவில் ஒரு முக்கியத் தெரு.

ஹோட்டல் ரிசப்ஷனில் நுழைந்து புக்கிங்கும் கன்ஃபர்ம் செய்து விட்டுக் "காரை எங்கு நிறுத்த வேண்டும்?" என்று கேட்டேன்.

"ஓ! கார் பார்க்கிங் இங்கே இல்லை" என்று கூலாகச் சொன்னார், அந்த முதிர்ந்த முன் அலுவலகப் பொறுப்பாளர்.

"ஐயையோ! இப்ப காரை என்ன செய்வது?" என்று கேட்டபோது, "தெருவில் நிறுத்தலாம். ஆனால் நள்ளிரவு 12 மணி வரை காசுகள் போட வேண்டும். ஒவ்வொரு மணிக்கும் எக்ஸ்பயர் ஆகும் முன் போய்ப் போய்க் காசு போட வேண்டும். அது தலைவலி! பக்கத்தில் மேரியட் ஹோட்டலில் நிறுத்தலாம். நான் ஒரு ஸ்லிப் தந்தால், இரவு பார்க்கிங் 18 டாலர் மட்டுமே" என்றார்.

'18 டாலரா! இதுக்கு நியூயார்க் பரவாயில்லையே' என்று நினைத்தேன். இந்தப் பகுதியில் எங்குமே ஹோட்டல்களில் பார்க்கிங் கிடையாது. இருந்தாலும் அதற்குத் தனியாகக் கட்டணம் செலுத்த வேண்டும். அப்புறம் வேறு வழியின்றி மேரியட்டில் நிறுத்தி விட்டுக் கொஞ்சம் ஆசுவாசப்படுத்திக் கொண்டு சாப்பிட வெளியே வந்தோம். மணி நள்ளிரவு 12.

ஆனால் எல்லா ரெஸ்டாரண்டுகளும் திறந்திருந்தன, நிறைந்திருந்தன, வழிந்திருந்தன, தள்ளாடின. சிக் என்று உடையுடுத்தி, நள்ளிரவுப் பட்டாம்பூச்சிகள் பறந்தும் மிதந்தும் அலைந்தன. வண்டுகளும் பின் தொடர்ந்தன. கேட்டால்,

இதுதான் ஜலேண்ட் கல்ச்சராம்! நான் ஒருவன்தான் மண்டு மாதிரி குடும்பத்தோடு போயிருந்தேன்.

மேரியட்டுக்கு முன்னால், கையில் மெனு கார்டுடன் ஒரு பெண் என் முன் வந்து "பியன் வெனிடாஸ்" என்றாள். அவள் அணிந்திருந்த டி-சர்ட்டில் 'BUNS' என்று எழுதியிருந்தது பார்த்துக் கொஞ்சம் மிரண்டு போய் விட்டேன். அப்புறம்தான் தெரிந்தது, அந்த ரெஸ்டாரண்ட் பெயர் 'பன்ஸ்' என்பது.

பிறகு அங்கேயே சென்று பர்கர்களும், சாண்ட்விச்சும், சாலடும் ஆர்டர் பண்ணி, வெளியே ஓபன் ஏரில் இருந்த டேபிளில் உட்கார்ந்தோம். கடல்காற்று சிலுசிலுவென்று அடித்தது. எங்கே கடல் என்று விசாரித்ததில், எங்கள் ஹோட்டலுக்கு நேர் பின்புரம் இருக்கிறதென்று அறிந்து உற்சாகமடைந்தோம்.

கையில் கொடுத்திருந்த பேஜர் கிர்ரிக்க, என் பெண்கள் போய் உணவை எடுத்துக் கொண்டு வந்து, டேபிளில் விரித்து வைத்து விட்டு பானங்கள் கொண்டு வரத் திரும்ப உள்ளே போனார்கள். நானும் என் மனைவியும் பர்கரை எடுத்துக் கடிக்க, திடீரென்று அடித்த காற்று டேபிளில் இருந்த மீதி இரண்டு ஐட்டங்களையும் சாலடையும் அள்ளிக் கீழே எறிந்தது. அடுத்த இலக்கு தக்கையாக இருக்கும் நானாக இருக்குமோ என்று பயந்து உள்ளே போனோம். உள்ளே இடமில்லையாதலால் ஒரு வழியாக, நின்று கொண்டே சாப்பிட்டு விட்டு வெளியே வந்தோம்.

"பீச்சுக்குப் போலாமா?" என்றாள் என் மனைவி, ரொமான்டிக் பார்வையுடன். மணி 1:15. என் பிள்ளைகளும் தலையாட்ட, ஒரு 5 நிமிடம் திறந்திருந்த வால்கிரீன் கடையின் எதிர்ப்புறம் நடந்தால் ஆரவாரிக்கும் அலைகளுடன் அட்லாண்டிக் பெருங்கடல் தன் வெண்ணுரைகளால் வெளிச்சமூட்டிக் கொண்டிருந்தது! ஒன்றரை மணிக்கும் கடற்கரையில் ஒண்டுற ஜோடிகள் நிறைந்து உப்புக்

காற்றுடன் உதடுகளைச் சுவைத்துக் கொண்டிருந்தனர். "சரி சரி, வாங்க போலாம்! காலையில் வரலாம்" என்று சொல்லி ரூமுக்குக் கூட்டி வந்தேன். வழியில் மழை பிடித்துக் கொண்டது. பூ மழை தூவி வரவேற்கும் போர்ட்டோ ரிக்கோவுக்கு வந்தனம் கூறி ரூமுக்குத் திரும்பினோம்.

ரூம் ஏ.சி விர்ரிட்டு ஜில்லிட, தூக்கம் கண்களைத் தள்ளிட, வெளேர் மெத்தை எம்மை உள்ளிட...

பான்சே நகரத்தில் பரதேசி

காலையில் கொஞ்சம் லேட்டாக எழுந்து, ஓ.சி பிரேக்ஃபாஸ்ட் 10 மணிக்குள் முடிந்து விடும் என நினைவு வந்து வேகமாக இறங்கினோம்.

எளிமையான இங்கிலீஷ் பிரேக்ஃபாஸ்டை விரைவில் முடித்து, காரை எடுத்துக் கொண்டு பக்கத்து நகரான பான்சே (Ponce) கிளம்பினோம். ஒரு இரண்டு மணி நேரப் பயணத்தில் குறிஞ்சி, முல்லை, மருதம், பாலை ஆகிய அனைத்தையும் பார்த்து அதிசயித்த வண்ணம் நெய்தல் நகருக்குள் நுழைந்தோம்.

பான்சே ஒரு அழகான சிறிய கடற்கரை நகரம். அதன் சிகரத்தில் உள்ள **குருசெட்டா எல் விஜியா** (Cruseta El Vigia) என்ற இடத்திற்குச் சென்றோம். (ஸ்பானிஷ் உச்சரிப்பு முற்றிலும் வேறாக இருக்கிறது நண்பர்களே! ஆங்கிலத்தில் வாசித்த

இடங்களை அப்படியே தமிழில் எழுதியிருக்கிறேன். ஆங்கிலத்திலும் பிராக்கெட்டில் குறிப்பிட்டுள்ளேன்.)

போர்ட்டோ ரிக்கோவில் இருக்கும் எல்லாத் துறைமுகங்களுக்கும் கடல் வழி வரும் எதிரிகள் மற்றும் கடற்கொள்ளைக்காரர்கள் மூலமாக எந்நேரமும் ஆபத்து வரும் என்பதால் பான்சே நகரத் தலைவர்கள் இந்த உயரமான சிகரத்தில் எப்போதும் இருக்கும்படி ஆட்களை நியமித்தனர். இவர்கள் வேலை என்னவென்றால், மேலிருந்து கடலை உன்னிப்பாகக் கவனித்துக் கொண்டே இருக்க வேண்டும். எதிரிகள் அல்லது கொள்ளைக்காரக் கப்பல்கள் எதையாவது பார்த்தால் சிலுவை வடிவத்தில் இருக்கும் உயர்ந்த கம்பத்தில் கொடியேற்ற வேண்டும். அந்தக் கொடியின் கலரைப் பார்த்துத் தலைவர்கள் தங்கள் காவல்படையை உஷார்ப்படுத்துவர். கி.பி-17 முதல் 19-ஆம் நூற்றாண்டு வரை இது பயன்பட்டிருக்கிறது.

அதன் நினைவாக இப்போது உள்ள அரசாங்கம், அங்கு சிலுவை வடிவத்தில் கான்கிரீட்டில் உயரமான கண்காணிப்புக் கோபுரம் ஒன்றைக் கட்டியுள்ளனர். எலிவேட்டர் மூலமாக மேலே போனால் முழு நகரமும் கடலும் நன்றாகத் தெரிந்தன.

அதன் அருகில் சற்று மேட்டுச்சரிவில் ஜப்பானியத் தோட்டத்தை வளர்த்து போன்சாய்கள், சிறு சிறு ஓடைகள், மண்டபங்கள், நீரூற்றுகள் ஆகியவற்றை அமைத்துள்ளனர். நாங்கள் போன நாள் மாலை, அங்கு திருமணம் ஒன்று நடக்கவிருந்ததால் அதற்கான ஆயத்தங்கள் நடைபெற்றுக் கொண்டிருந்தன.

போன்சாய் மரம்

அதனை முடித்து மலைச்சிகரத்தில் இன்னும் மேலேறிச் சென்றால் கேஸ்டில்லோ செர்ராலெஸ் (Castillo Serralles) என்ற 1930-இல் கட்டப்பட்ட கோட்டை வீடு (Castle House) வருகிறது. அதிலே ஹுவான் செர்ராலெஸ் (Juan Serralles) குடும்பத்தினர் வசித்து வந்தனர். இது ஸ்பானிய மொராக்கன் கட்டடக்கலையில் கட்டப்பட்டது. மிகப் பெரிய வயலில் கரும்புத் தோட்டம் போட்டு அதனருகில் சர்க்கரை ஆலை மற்றும் ரம் தொழிற்சாலை அமைத்துப் பெரும் பொருள் ஈட்டி வாழ்ந்த பணக்காரக் குடும்பம். 2.5 ஏக்கரில் வீட்டு அமைப்பு, பூந்தோட்டம், வண்ணத்துப்பூச்சித் தோட்டம், அலங்காரங்கள் வழக்கம் போல் ஆச்சரியமூட்டின.

பெருமூச்சு விடுவதை விட வேறென்ன செய்ய முடியும்! அவர்கள் வாழ்க்கையின் சிறு திரைப்படமும் காட்டப்பட்டது.

பார்த்து முடித்து, சாப்பிடச் சென்றோம். பிட்சா ஹெவன் என்ற உணவகத்தில் நன்றாக இருக்குமென்று சொன்னார்கள். பேர்தான் பிட்சா என்றாலும் போர்ட்டோ ரிக்கன் உணவு வகைகள் அங்கு கிடைக்கும் என்றார்கள்.

பருத்த சரீரத்துடன் ஓடி வந்த லியோனார்டோ வரவேற்று உட்கார வைத்தான். ஆங்கிலம் சுத்தமாகத் தெரியவில்லை. நல்லவேளை, மெனு கார்டில் ஸ்பானிஷ் கீழ் ஆங்கிலத்திலும் எழுதியிருந்தது. ரைஸ் & பீன்ஸ் என்றதைப் பார்த்ததும், அதுதான் வேண்டும் என்றாள் என் மனைவி. சோத்தைப் பார்த்தால் விடுவாளா? என் பெரிய மகள் பீஃப் ஸ்டேக்கும், சின்னவள் சிக்கன் சம்திங்கும் ஆர்டர் பண்ணினார்கள். நான் கசாவா ஃபிரை (அதான் பாஸ், நம்மூர் கப்பக்கிழங்கு) மற்றும் சாலட் ஆர்டர் செய்தேன். விலை மிகவும் அதிகமென்றாலும் உணவு நன்றாகவே இருந்தது. ஒரு பண்டம் $18 முதல் $20 வரை.

எங்கள் பக்கத்தில் இருந்த ஒரு ஆரஞ்சு பிழியும் மெஷின் ஆச்சரியமூட்டியது. ஆன் செய்தால் ஸ்டாக் செய்து வைக்கப்பட்டிருக்கும் சாத்துக்குடிகளில் ஒன்றை மட்டும் லாவகமாக உருட்டி எடுத்துக் கீழே கொண்டு வந்து, இரண்டாக நறுக்கி, இருபுறமும் அனுப்பி, பிழிந்து சாற்றைக் கீழே அனுப்பி விட்டுத் தோலை இருபுறமும் துப்பியது. அதனைப் பார்க்கவே ஆரஞ்சு ஜூஸ் ஆர்டர் பண்ணினோம்.

பரதேசி குடும்பத்துடன்

உண்டு முடித்து வெளியே வந்தால் தெருவில் நடமாட்டம் எதுவும் இல்லை. நாங்கள் சாப்பிட்ட கடை தவிர்த்து எல்லாக் கடைகளும் அடைத்திருந்தன. 'எல்லாம் எங்கே முடங்கினார்கள்?' என்று யோசித்தபடி அடுத்த ஸ்டாப்பான கதீட்ரலுக்குப் போனோம்.

ஊரின் மொத்த ஜனமும் அங்குதான் இருந்தது. ஆலயம் நிரம்பி வழிய, வளாகம் முழுவதும் நடந்து கொண்டிருந்த கார்னிவல் கொண்டாட்டங்களால் களை கட்டியிருந்தது.

நியோ கிளாசிக்கல் ஸ்டைலில் கட்டப்பட்ட இந்த கதீட்ரல் 300 வருட வரலாறு கொண்டது. ஸ்பானியக் காலனி மக்களுக்காக 1670-இல் சிற்றாலயமாக (Chapel) கட்டப்பட்ட இது, 1692-இல் ஸ்பெயின் அரசர் கார்லஸ்-II (Carlos II) இட்ட அரசாணைப்படி விரிவுபடுத்தப்பட்டது. பின்னர் 1835-இல் மேலும் பெரிதுபடுத்தப்பட்டுப் பேராலயமாக உருவாக்கப்பட்டது. இங்கிருக்கும் மாபெரும் பைப் ஆர்கன், மிகப் பெரிய இசைமேதை வான் மோரல் காம்போஸ் (Juan Morel Campos) வாசித்த பெருமை பெற்றது.

உள்ளே சென்று வழிபட்டு விட்டு, வழியில் இருந்த 100 வருடப் பழமையான ஃபயர் ஹவுசையும் பார்த்து விட்டுக் காருக்குத் திரும்பினோம்.

அங்கிருந்து லா குவாச்சா (La Guacha) என்ற கடற்கரைக்கு வழி கேட்டால் ஒருவருக்கும் விளங்கவில்லை.

மூங்கில் தோட்டம் மூலிகை வாசம்!

பீச் என்றால் கூடத் தெரியவில்லை. டிப்-டாப்பாக உடுத்திக் கறுப்புக் கண்ணாடி போட்டிருந்த போலீஸ்காரர்களுக்கும் கூடத் தெரியவில்லை. எனவே சிறிது அலைந்து, திரிந்து, கண்டுபிடித்து எப்படியோ போய்விட்டோம்.

அங்கே போனால் நகரின் பாதிக் கூட்டம் அங்கேதான் இருந்தது. போர்ட் வாக் (Board Walk) முழுவதும் துள்ளிசை வெடிக்க, உற்சாக பானங்கள் அருந்திய மக்கள் ஆடித் தள்ளிக் கொண்டிருந்தனர். கேட்டால் அதேதான், ஜலண்ட் கல்ச்சர்! மெரேங்கேயும் சல்சாவும் நெளிந்தன.

ஒருபுறம் பெரிய பெரிய மீன்களுக்குச் சிறிய மீன்களை உணவாக அளிக்கும் காட்சி, உயரத்தில் இருந்து மீன்கள் கீழே விழுமுன் அவற்றை அபகரிக்கும் சீகல் பறவைகள், மீன்கள் நழுவ விடுவதைக் கடத்தும் வாத்துக்கள் என அந்தத் துறைமுகப் பகுதி ரம்மியமாக இருந்தது.

அடுத்த பக்கத்தில் உள்ள கலங்கரை விளக்கத்தில் ஏறினால் கடலும் கரையும் துல்லியமாகத் தெரிந்த பறவைக் கண் (Birds Eye) காட்சி!

அதன் மறுபுறத்தில் அதிக ஆர்ப்பாட்டமில்லாத கடல், எனக்குக் கூட இறங்குவதற்கு தைரியத்தைக் கொடுத்தது.

தெளிந்த கடற்கரை, வெண் மணல், நுரைத்த சிற்றலைகள், மறையும் சூரியன், மாலை வெயில் எனக் கவிதை எழுதத்

தோன்றிய மனதைக் கட்டுப்படுத்திக் கொண்டேன். சிறிது இருட்டியதும் கிளம்பினோம்.

வெப்ப மண்டலப் பகுதி என்பதால் 7 மணிக்கெல்லாம் நன்றாக இருட்டி விட்டது.

போகும் வழியில் மனைவி கேட்டாள், "இரவு உணவுக்கு என்ன வேண்டும்? தக்காளி சாதமா, புளி சாதமா, பூண்டுக் குழம்பா?" என்று. கிண்டல் செய்து கடுப்பேத்துகிறாள் என்று நினைத்துக் கம்மென்று இருந்து விட்டேன். ஆனால் ரூமுக்குப் போய்க் குளித்து விட்டுத் திரும்புவதற்குள் ஆச்சரியம் காத்திருந்தது. மண மணக்கும் சூடான பொன்னி சாதமும் ருச்சி கலவைகளும் ரெடியாக இருந்தன. எப்படியோ கடத்திக் கொண்டு வந்திருந்தாள். ஒரு சிறிய ரைஸ் குக்கரும் கொண்டு வந்திருந்தாள். தக்காளிப் பேஸ்டை சூடாகப் பிசைந்து ஒரு விள்ளலை வாயிலிட, ஆஹா என்று இருந்தது.

நீங்களே சொல்லுங்க, வாதம் வந்து படுத்தாலும் சாதம் இல்லாமல் நம்மால் இருக்க முடியுமா? பிள்ளைகள் மட்டும் வெளியே போய் சுஷி சாப்பிட்டு வந்தார்கள்.

அடுத்த நாள் சற்று விரைவாகவே எழுந்து, எழுப்பி, கிளம்பி, கிளப்பிச் சென்ற இடம் எல் யங்கி (EL Yunque) மழைக்காடுகள். ஒரு மணி நேர தூரத்தில் இருந்தது.

போகும் வழியில் படக்கென்று பிரேக் போட்டு ஓரங்கட்டியதில் லேசான கிறக்கத்தில் இருந்த மனைவி, பிள்ளைகள் திடுக்கிட்டு எழுந்தனர். வேறு ஒன்றும் இல்லை, பாதையோரத்தில் பழக்கடை பார்த்த பரவசத்தில்தான் அந்தத் திடீர் நிறுத்தம். மாம்பழம், அன்னாசி, சப்போட்டா, நேந்திரம் என்று பல வகைப் பழங்கள். காத்திருக்க முடியாமல் ஒரு வாசனை மிக்க (நியூயார்க்கில்

கிடைப்பவை வாசமற்றவை) மாம்பழத்தை நறுக்கி வாயில் போட்டால், ஆஹா ஆஹா! நம்மூர் மல்கோவா போலவே இருந்தது. என் மனைவி என் சர்க்கரை அளவை ஞாபகப்படுத்தாமல் இருந்திருந்தால் முழுப் பழத்தையும் சாப்பிட்டு என் முழு பலத்தையும் இழந்திருப்பேன். எல்லா வகைகளிலும் கொஞ்சம் வாங்கிக் கொண்டு பயணம் தொடர்ந்தது. "ஒரு பழமே பழம் சாப்பிடுகிறது" என்று மனைவியின் கிண்டல் வேறே!

காடுகள் உருவானது, வளர்ந்தது, பராமரிக்கப்படுவது என விளக்கும் சிறிய திரைப்படத்தைப் பார்த்து விட்டு, காட்டின் மேப்பைப் பெற்றுக் கொண்டு காரை மீண்டும் எடுத்தோம். அடர்ந்த பசுமைக்காடுகள், நீண்டு உயர்ந்த மரங்கள், சில்லிட்டு ஓடும் சிற்றோடைகள், திடீர் அருவிகள், நீர்த்துளிகளால் கர்ப்பமுற்ற சிலுசிலு காற்று என வேறு உலகமாய் இருந்தது.

வழியில் பெரிய பெரிய மூங்கில் தோட்டம் மூலிகை வாசம், விண்ணோடும் முகிலோடும் முட்டின. நம்மூரில் புல்லாங்குழல்

கொடுத்த மூங்கில்களா இவை என்று நினைத்தால், இவை வேறு சாதி. இவற்றில் புல்லாங்குழல் செய்தால் நம்மூர் பீமன் கூட வாசிக்க முடியாது.

இதிலே இன்னொரு ஆச்சரியம் என்னவென்றால் சில வகை ஊர்வன, பறப்பன, புழு, பூச்சிகள் தவிர இவ்வளவு பெரிய காட்டில் உறுமுபவை, கர்ஜிப்பவை, பிளிறுபவை என்று ஒரு மிருகமும் இல்லை. ஏனென்று கேட்டோம்.

பாறை மேல் பரதேசி

போர்ட்டோ ரிக்கோ தீவு, கடலில் தொடர்ந்து நிகழ்ந்த எரிமலைகளால் உருவானது. அதனால் இங்கு வாழும் பூச்சிகள், மிருகங்கள், பறவைகள் எல்லாமே கடலில் நீந்தியும் பறந்தும் இங்கு வந்து சேர்ந்தவையாம். அதனால்தான் இங்கு அவை அதிகமில்லை. இங்கு வசிக்கும் பெரிய பாலூட்டிகள் எலிகள், வவ்வால்கள், கீரிப்பிள்ளைகள் மட்டுமே என்று சொன்னார்கள்.

ஒரு மேட்டில் ஏறிச் சிறிது இறங்கியவுடன் நம்மூர்ப் பண்ணைக்காடு (கொடைக்கானல் போகும் வழி) போல் ஒரு இடம் வர, அங்கே பச்சை இளநீர் பரப்பி வைக்கப்பட்டிருக்க, நிறுத்து நிறுத்து என்றாள் மனைவி. ஓரங்கட்டினேன். வெட்டிய இளநீர்க் காய்களில் உறிஞ்சு குழல்களை இட்டு (அதாங்க பாஸ், ஸ்ட்ரா) மனைவியும் பெண்களும் சாப்பிட்டனர்.

"எங்கூரிலெல்லாம் நாங்கள் அப்படியே தூக்கித்தான் குடிப்போம்" என்றபடி நான் முயற்சிக்க, பாதி இளநீர் டி-சர்ட்டில் கொட்டித் தொப்பையை நனைக்க, மீதி நீர் மூக்கு வழியாக வந்து வழிந்தது. மனைவி அவளுடைய நெற்றியையும் என்னுடைய தலையையும் ஒரே நேரத்தில் தட்டி, "இனிமேல் வாய் வழியாகக் குடியுங்கள்" என்று சொல்ல, சிறிது அசடும் சேர்ந்து வழிந்தது.

மீண்டும் பயணம் தொடர, ஒரு அவசரச் சரிவில் அதிசய அருவி கொட்டியது. நம்மூர்க் கொடைக்கானல் வெள்ளி அருவி (Silver Cascade) போலவே இருந்தது. கொட்டிக் கிடந்த பாறைகளில் பட்டுத் தெறித்து நுரைத்து விழுந்த சிற்றருவி பாட்டிசைத்துப் பாடத் தூண்டியது. இதுவும் ஒருவகை 'ராக்' மியூசிக்தாங்கோ!

சில துள்ளும் இளைஞர்கள், கைகளில் அள்ளும் காதலிகளை வழி நடத்தி, மேலேறிச் சென்று தண்ணீரில் நனைந்தனர். திடீரென்று தோன்றிய உத்வேகத்தில் மனைவி தடுத்ததையும் மீறிப் பாறைகளில் தவ்வித் தவ்விக் கொஞ்சம் நேரம் அதிகம் எடுத்தாலும் உயரே போய் நீரைத் தொட்டே விட்டேன். அங்கிருந்து கீழே பார்த்து, ஆச்சரியத்துடனும் சற்றுப் பதற்றத்துடனும் பார்த்துக் கொண்டிருந்த மனைவி, பிள்ளைகளுக்குக் கையை அசைத்தேன். ஏதோ சாதனை செய்தது போன்ற பெருமையில் கீழே பார்த்தால் ம்ஹூம்! ஐயையோ, இறங்குவது பெரும் சோதனையாகி விடும் போலிருந்தது.

மக்களே, மறந்து விட்டால் திரும்பவும் நினைவுபடுத்துகிறேன்! இந்த மாதிரிக் கடினப் பாறைகள் வழி ஏறுவது எப்பவுமே கொஞ்சம் எளிது. இறங்குவது மிகக் கடினம். ஒரு வழியாக உட்கார்ந்தும் தேய்த்தும் வழுக்கியும் சறுக்கியும் கீழே வந்து சேர்ந்தபோது சட்டை முழுவதும் நனைந்திருந்தது. நீரினால் அல்ல, வியர்வையால். காலில் அடிப்பகுதியில் ஒரு விழுப்புண் வேறு பட்டுத் தீயாய் எரிந்தது.

ஆசுவாசப்படுத்திக் கொண்டு மீண்டும் பயணம் தொடர, இப்போது உயரமான ஒரு கண்காணிப்புக் கோபுரம் வந்தது. இந்த மாதிரி சுழலும் படிகளில் ஏறுவதுதான் கடினம், தலையும் சேர்த்துச் சுழலும். ஆனால் இறங்குவது கொஞ்சம் இலகுவாக இருக்கும். படிக்கட்டுகள் என்பதால் மனைவியும் பிள்ளைகளும் சேர்ந்து கொள்ள, ஒரு வழியாக மேலேறினோம். அந்த மாதிரி ஒரு பசுமைக் காட்சியினை நான் வேறெங்கும் கண்டதில்லை. ஒரு தேர்ந்த தோட்டக்காரனால் நன்கு பராமரிக்கப்பட்ட தோட்டம் போல் காடுகளும் மலைகளும் பலவிதப் பச்சை நிறங்களாய்ப் பரவசப்படுத்தின.

கீழிறங்கி வந்தால், சாரல் சிலுசிலுவென்று பிடித்துக் கொண்டது. மழைக்காடு அல்லவா? ஓடி மறையத் தேடாமல் அப்படியே ஆனந்தமாய் நனைந்தோம்.

எல் யங்க்கி காடுகள் பற்றிய மேலும் சில ஆச்சரியமூட்டும் உண்மைகள் கீழே:

1) கி.பி.1876-இல் ஸ்பெயின் நாட்டின் அரசர் அல்ஃபோன்சோ-XII (King Alfonso XII) அவர்கள்தான் இந்த மழைக்காடுகளைப் பிரித்து, குடியிருப்புகள் வராமல் பாதுகாக்கப்பட்ட காடுகளாக (reserved forests) ஆக்கினார். காடுகளின் முக்கியத்துவத்தை அந்த நாளிலேயே அரசர்கள் அறிந்திருந்தது அதிசயம்தான்! எனவே மேற்கத்திய அரைக்கோளத்தில் (Western Hemisphere) இதுதான் மிகப் பழமையானது!

2) அமெரிக்க ஆக்கிரமிப்புக்குப் பின்னர் 1903-இல் 65,950 ஏக்கர் பரப்பளவுள்ள இது பாதுகாக்கப்பட்ட காடாகத் தொடர்ந்தது. 1906-இல் இது தேசியக் காடாக அறிவிக்கப்பட்டது. 2007-இல் அதிபர் ஜார்ஜ் புஷ் அவர்களால் எல் யங்க்கி தேசியக் காடு (El Yunque National Forest) எனப் பெயர் மாற்றப்பட்டது.

3) 200 வகையான தாவரங்கள் இருக்கும் இந்தக் காட்டில் உள்ள 23 வகைகள் உலகில் வேறெங்குமே இல்லாதவை ஆகும்.

4) நான்கு வகையான பாம்புகள் இங்கு இருந்தாலும் ஒன்றுக்குக் கூட விஷத்தன்மை கிடையாது. (தப்பிச்சேன்டா சாமி! பாம்புகளுக்கும் எனக்கும் ஒரு நெருங்கிய உறவு உண்டு. அந்தக் கதையை நீங்கள் என்னுடைய 'நியூயார்க் பக்கங்கள் | பாகம் 1'-இல் படிக்கலாம்.)

5) இங்கு தங்கம் கிடைப்பதாகச் சொல்வது உண்மைதான் என்றாலும், ஒருநாள் முழுவதும் கடினமாக உழைத்தால் $2 டாலர் மதிப்புள்ள தங்கம் மட்டுமே கிடைக்குமாம். எனவே நாட் வொர்த் இட்.

இன்னும் உள்ளே பார்ப்பதற்குப் பல இடங்கள் இருந்தாலும் "போதும்! பசிக்கிறது. திரும்பலாம்" என மனைவி சொல்ல, அப்படியே கீழிறங்கி மெதுவாகத் திரும்பினோம்.

வரும் வழியில் காட்டில் விளைந்த கினிப்பா (Quenepas) பழங்கள் கிடைத்தன. உள்ளே பழுப்பு நிறத்தில், சதை அதிகமாக இருக்காது. வாயிலிட்டுச் சுவைத்தால் ஒரு புளிப்பும் இனிப்பும் கலந்த சுவை இருக்கும்.

வழியில் ஒரு சைனீஸ் கடையில் இருந்த ஸ்பானிஷ்காரியிடம் நயன மற்றும் சைகை பாஷையில் எதையோ ஆர்டர் செய்து, எப்படியோ சாப்பிட்டு விட்டு ரூமுக்குத் திரும்பின கையோடு உடை மாற்றி பீச்சுக்குச் சென்றோம்.

வெப்பம் 90 டிகிரி இருந்தாலும் வெயில் அவ்வளவாகத் தெரியவில்லை. தினமும் மாலையிலும் இரவிலும் மழை பெய்தது. துரத்தும் மழையல்ல தூவும் மழை!

அன்று மாலை ஏதாவது இந்திய உணவகத்திற்குப் போகலாம் என்றேன். மும்பை என்று ஒரு இடம் இருப்பதாக அனிஷா கண்டுபிடித்துச் சொன்னாள். சரி என்று கிளம்பி, ஊரையே சுற்றியடித்து ஒரு இடத்தில் நுழைந்தபோது எதிரே வந்த போலீஸ் கார் டூக்கியது. 'காப்'பும் கையைக் காட்ட, நம்மைத்தான் என்று ரூத் சொன்னாள். என்னவாக இருக்கும், என்று கார் கதவைத் திறந்து சிறிது பதற்றத்துடன் "ஒலா" என்றேன்.

பச்சை பச்சையாக!

ஜாலியாக ஒன்-வேயில் நுழைந்து விட்டேனாம். எங்களுக்கு எஸ்கார்ட் கொடுத்து, டிராபிக்கை நிறுத்தித் திருப்பி விட்டார்கள் அந்தப் போலீஸ்காரர்கள். ஒரே ஆச்சரியமாய்ப் போய் விட்டது. இதுவே நியூயார்க் என்றால், நிற்க வைத்துக் கேள்வி கேட்டு, 115 டாலருக்கு டிக்கெட் கொடுப்பதோடு, 2 பாயிண்ட்டுகளும் கொடுத்திருப்பான். 8 பாயிண்ட் சேர்ந்து விட்டால் ஒரு வருடத்திற்கு லைசென்சை சஸ்பெண்ட் பண்ணி விடுவான். நியூயார்க்கின் முக்கிய வருமானம் இந்த அபராதம்தான் என்று யாரோ சொன்னது ஞாபகம் வந்தது.

புன்சிரிப்புடன் தலையாட்டி, "என்ஜாய் யுவர் ஸ்டே" என்றார் ஒரு காப். இதை மட்டும் ஆங்கிலத்தில் கற்று வைத்திருக்கிறார்கள். மத்தபடி இங்கிலீஷ் ம்ஹூ%ம், சுத்தம்!

மும்பைக்கு வந்து சேர்ந்தோம். இருட்டில் உள்ளே பெரிய பார் போல இருந்தது. பலவித அளவுகளில் நிறங்களில் பாட்டில்கள் அடுக்கி வைக்கப்பட்டிருந்தன. "அனிஷா! இது உணவகமா? இல்லை, வெறும் பாரா?" என்று கேட்டு விட்டு உள்ளே போனேன். உள்ளே ஒருபுறம் ஒளி நிறைந்த கண்ணாடி அறையில் தொப்பி அணிந்த ஆட்கள் ரொட்டியைத் தட்டிக் கொண்டிருக்க, வெளியே இருட்டு டைனிங் ஹாலில் தாவணி போன்று ஒன்றை அணிந்திருந்த இரு அப்சரஸ் வெள்ளைக்காரிகள் "பியன் வெனிஸ்டா" என்றார்கள். 'ஆ! இது ரெஸ்டாரண்ட் கம் பார்' என்று அறிந்து, குடும்பத்தை உள்ளே கூப்பிட்டேன். இருட்டில் தட்டித் தடவி உள்ளே வந்து உட்கார்ந்தோம்.

இருட்டில் கண்கள் பழக, ஒரு பிரம்மாண்ட மாடர்ன் பிள்ளையார், பாருக்குப் பக்கத்துச் சுவரில் தொங்கினார்.

ஒரு அப்சரஸ் வந்து எங்கள் டேபிளில் சிறு சிறு சுட்டிகளில் இருந்த மெழுகுவர்த்திகளைப் பொருத்தினாள். அப்பாடா! கொஞ்சம் வெளிச்சம் வந்தது. பளிச்சென்ற வெளிச்சம் நிறைந்த கண்ணாடி அறையில் ரொட்டி தட்டிக் கொண்டிருந்த சமையல் அறை மிக சுத்தமாக இருந்தது. அந்தக் கண்ணாடி அறை ஐடியா சூப்பர்! ஆனால் நம்மூர்ச் சமையலறையை இப்படி வெளிச்சம் போட்டுக் காட்ட முடியுமா? காட்டினால் ஒருவராவது சாப்பிட வருவார்களா? ஆனால் உள்ளே இருந்த ஆட்களைப் பார்த்தால் நம்மவர் மாதிரி தெரியவில்லை. அவர்கள் வெள்ளை உடையும் தொப்பியும் பார்த்தால் ஏதோ வெள்ளைக்கார நேவி ஆஃபிசர்கள் மாதிரி தெரிந்தது. வெளியேயும் வெள்ளையர் தவிர வேறு யாரும் இந்தியர் இல்லை. நான் சைகை செய்ய, மிதந்து வந்த அப்சரஸிடம் கேட்டேன், "இது இந்திய உணவகம்தானே?". அவள் சொன்னாள், இது இந்தியத் தாக்கம் கொண்டது (Indian Influenced) என்று.

'சரி விடு, சாப்பிட்டுத்தான் பார்ப்போம்' என்று மெனு கார்டைப் புரட்டினேன். என்ன முயன்றும் படிக்க முடியவில்லை. வர்த்திச் சுட்டியை எடுத்துச் சாய்த்துப் படிக்க முயல, உருகிய மெழுகு கையைப் பதம் பார்த்தது. 'என்னடாது, நம்மூர்ச் சாப்பாடு சாப்பிட இவ்வளவு கஷ்டமா?' அந்தப் பெண் பாவாடை சரசரக்க வந்து ஒரு சிறிய ஃப்ளாஷ் லைட் கொண்டு வைத்தாள். ஒரு வழியாக அப்படைசர், காலிஃபிளவர் பக்கோடா, பிண்டி (வெண்டைக்காய்) வறுவல் ஆர்டர் செய்தோம். விலை படு பயங்கரமாக இருந்தது! கடலை மாவில் முக்கிப் பொறித்துக் கொண்டு வந்த காலிஃபிளவர் வேகவில்லை, வெண்டைக்காய் முற்றல். நுனியை ஒடித்து வாங்கத் தெரியவில்லை போலிருக்கிறது.

அடுத்து மெயின் கோர்சும் பச்சையாக இருந்தது. நாலு சிறிய பாதி வெந்த சிக்கன் பீஸ்களை எடுத்து வந்து சிக்கன் தந்தூரி என்று 20 டாலர் சார்ஜ் வேறு. பச்சையாக இருந்ததைச் சாப்பிட முடியாமல் வாயில் பச்சை பச்சையாக வந்தாலும், கட்டுப்படுத்திக் கொண்டு, மும்பை வந்து வம்பை விலை கொடுத்து வாங்க வேண்டாம் என நினைத்து வெளியே வந்து விட்டோம். என் மனைவி கேட்டாள், "20 டாலருக்குக் குறைந்தது 15 பவுண்ட் சிக்கன் கிடைக்குமே?" என்று. ரூமுக்கு வந்து பழங்களைச் சாப்பிட்டு விட்டுப் படுக்கை ஏறினோம்.

எச்சரிக்கை: இன்று பழைய சேன் வான் (Old San Juan) செல்ல விருப்பதால், அதன் பின்னணியை வரலாற்று ஆராய்ச்சியோடு அணுகப் போவதால், வழக்கம் போல் வரலாற்று அலர்ஜி உள்ளவர்கள் சற்றே பக்கங்கள் தாண்டிச் செல்லவும்.

போர்ட்டோ ரிக்கோவின் பூர்வகுடிகள் காட்டுமிராண்டிகளாக, நிர்வாணிகளாக வாழ்ந்து வந்த சமயத்தில் படகுகள் மூலம் இடம்பெயர்ந்த செவ்விந்தியர் (Taino Indians) திரளாக வந்து,

இங்கிருந்த மக்களுக்கு உடுத்தவும், உறைவிடம் அமைக்கவும் உணவு பயிரிடவும் சொல்லிக் கொடுத்துக் கொண்டிருந்தபோதுதான் கிறிஸ்டோபர் கொலம்பஸ் இந்தத் தீவைக் கண்டுபிடித்தார்.

இயற்கை வளங்கள் கொட்டிக் கிடந்ததால் ஸ்பானியர் மெதுவாக வந்து ஆக்கிரமிக்க இது ஸ்பானியக் காலனி ஆதிக்கத் தீவாக மாறியது. அவர்கள் இட்ட பெயர்தான் போர்ட்டோ ரிக்கோ. வளமான துறைமுக நகர் என்பது இதன் அர்த்தம்.

இதன் தலைநகரம்தான் சேன் வான் (San Juan). செயின்ட் ஜான் தி பேப்டிஸ்ட் (St. John the Baptist) அவர்களின் பெயர்தான் இது. டொமினிக்கன் ரிபப்ளிக்கில் உள்ள சான்ட்டா டோமிங்கோ (Santa Domingo) என்ற நகரத்திற்கு அடுத்தபடியாக, ஐரோப்பியர்களால் உருவாக்கப்பட்ட இரண்டாவது பழமையான நகரம்தான் சேன் வான்.

சுமார் 2 மில்லியன் மக்கள் வசிக்கும் இந்த நகரம் பல விளையாட்டுப் போட்டிகளை நடத்திய பெருமை பெற்றது. அவற்றுள் சிலவற்றைக் கீழே தருகிறேன்.

1. 1966 - சென்ட்ரல் அமெரிக்கன் & கரீபியன் கேம்ஸ்.

2. 1979 - பான் அமெரிக்கன் கேம்ஸ்.

3. 2006, 2009 & 2013 - உலக பேஸ்பால் கிளாசிக்ஸ், கரீபியன் சீரிஸ் & ஸ்பெஷல் ஒலிம்பிக்ஸ்.

4. 2010 - MLB சேன் வான் சீரிஸ்.

போர்ட்டோ ரிக்கோ தீவுக்கு முதன் முதலாக கி.பி.1508-இல் வான் பான்சே டி லியன் (Juan Ponce de Leon) தலைமையில் கப்பாரா (Caparra) என்ற இடத்திற்கு ஸ்பானியர் வந்து சேர்ந்தனர். ஒரு

வருடத்திற்குப் பின்னர் அவர்கள் இடம் பெயர்ந்து சேன் வானுக்கு வந்தனர். அந்த இடத்தை போர்ட்டோ ரிக்கோ என்று முதலில் அழைத்தனர். கி.பி.1521-இல்தான் சேன் வான் என்று பெயரிடப்பட்டு, பின்னர் போர்ட்டோ ரிக்கோ என்ற பெயர் அந்த முழுப் பகுதிக்குமானதாக மாறியது.

வாருங்கள், சேன் வானின் கோட்டைக்குள் போவோம்!

ஆளுநரின் அரண்மனை

கோட்டைக்குள் செல்வதற்கு முன்பு போர்ட்டோ ரிக்கோ வந்த வரலாற்றை இன்னும் சிறிது விரிவாகப் பார்ப்போம்.

அப்போதிருந்த ஸ்பெயின் நாட்டு அரசரும் அரசியும் பொருளுதவி செய்ய கொ...லம்பஸ் விட்டாச்சு லீவு என்று சொல்லி 'புது உலகத்திற்கு' இரண்டாம் முறையாகப் பயணம் செய்தார் கிறிஸ்டோபர் கொலம்பஸ். அப்போது கண்டுபிடித்த தீவுதான் போர்ட்டோ ரிக்கோ. அது கிபி.1493-ஆம் ஆண்டு. ஆனாலும் கி.பி.1508-ஆம் ஆண்டுக்கு மேல்தான் ஸ்பானியரின் காலனி ஆதிக்கம் ஆரம்பித்தது. கி.பி.1509-இல் பான்சே டி லியோன் (Ponce De Leon) என்பவர் ஆளுநராக ஸ்பெயின் அரசரால் நியமிக்கப்பட்டார். அதன் பின்னர் ஆப்பிரிக்காவிலிருந்து ஃபிரெஞ்சு ஆட்கள் வந்தனர்; லூசியானாவிலிருந்து கறுப்பின மக்கள் வந்தனர். அதன் பின்னர் ஸ்காட்டிஷ் மற்றும் ஐரிஷ் விவசாயிகள் குடிபெயர்ந்தனர்.

கிழக்கு மேற்காக 100 மைலும், வடக்குத் தெற்காக 35 மைலும் உள்ள இந்தச் சிறிய தீவில் தற்போது சுமார் நான்கு மில்லியன் மக்கள் வசிக்கின்றனர். கி.பி.1898-இல் நடந்த ஸ்பானிஷ்-அமெரிக்கப் போருக்குப் பின்னர், இது அமெரிக்காவின் ஒருங்கிணைக்கப்படாத பகுதியாக (unincorporated territory) இயங்கி வருகிறது. அமெரிக்க டாலர்தான் இங்கு உபயோகப்படுத்தப்படுகிறது. இங்கு வாழ்பவர்கள் அமெரிக்கக் குடிமக்களாக அங்கீகாரம் பெற்றவர்கள். இதனுடைய பாதுகாப்பு அமெரிக்காவின் கையில். போர்ட்டோ ரிக்கோ மக்களால் தேர்ந்தெடுக்கப்பட்ட ஆளுநர் இதை ஆள்கிறார்.

ஆனால் இவர்களது உள்நாட்டு விவகாரங்களை இவர்களே கவனித்துக் கொள்கிறார்கள் என்பதால் இது அமெரிக்காவின் ஒரு மாநிலமாக இதுவரை ஆகவில்லை. இவர்கள் அமெரிக்காவின் எந்த மூலைக்கும் சென்று வரலாம். அமெரிக்காவிலிருந்து இங்கு செல்வதற்கும் விசா தேவையில்லை. இருந்தாலும் இவர்கள் அமெரிக்காவுக்கு வரி கட்டுவதில்லை என்பதால் அமெரிக்க அதிபர் தேர்தலில் வாக்களிக்க முடியாது.

லா ஃபோர்ட்டலிசா (La Fortaleza)

காரை அடிவாரத்தில் பார்க்கிங் செய்து விட்டு, அழகான ஒரு அருவி வந்தனம் கூறி வரவேற்றதை ஆமோதித்து, பழைய துறைமுகப் பகுதியின் ஓரமாக நடந்து மேலே சென்றால், வலதுபுறம் இந்தக் கோட்டை அமைந்துள்ளது. சேன் வானின் துறைமுகத்தைப் பாதுகாக்கக் கி.பி.1533-40இல் கட்டப்பட்டதுதான் இந்தக் கோட்டை.

கொஞ்ச தூரம் மேலே ஏறிச் சென்றால் ஒரு மூலையில் பிரம்மாண்டமான ஆலமரம் ஒன்று ஆச்சரியமூட்டியது.

"அடேயப்பா! ஆலமரத்தைப் பார்த்து எம்புட்டு நாளாச்சு!" என்று சொல்லி அருகில் சென்று தொட்டுப் பார்த்தேன். "எத்தனை வருடங்களாக இங்கு இருந்து கொண்டு எத்தனை வரலாற்று நிகழ்வுகளையும் அரசர்களையும் பார்த்திருக்கிறேன்" என்ற பெருமிதத்தில் கம்பீரமாக விழுது பரப்பி நின்றது. கொஞ்சம் தள்ளிப் போனால் ஒரு மாபெரும் ஈச்ச மரம் இருந்தது. பழங்கள் எட்டாத உயரத்தில் இருந்தன.

இன்னும் கொஞ்சம் மேலேறிச் சென்றால் ஒரு பிரம்மாண்டமான நுழைவாயில் வந்தது. இதுதான் சிட்டி கேட் என்று அழைக்கப்படுகிறது. இதன் சுவர்கள் 20 அடி அகலமும் 50 அடி உயரமும் கொண்டவை. துறைமுகம் வழியே வந்திறங்கும் முக்கிய அரசர்கள் மற்றும் தலைவர்கள் இந்த வழியாகத்தான் அரச மரியாதையுடன் அழைத்துச் செல்லப்படுவார்களாம்.

என்ன காரணத்தாலோ என்னை வரவேற்க ஒருவரையும் காணோம்! பாகிஸ்தான் சதி என்று நினைக்கிறேன்.

சான்டா கேட்டலினா பேலஸ் (Santa Catalina's Palace) என்று அழைக்கப்படும் ஆளுநர் மாளிகை இதன் உள்ளேதான் இருக்கிறது. பதினாறாம் நூற்றாண்டிலிருந்து போர்ட்டோ ரிக்கோவின் ஆளுநர் வாழும் இடமாக இன்று வரை இருப்பதால் ஐரோப்பியர்கள் கண்டுபிடித்த புது உலகில் இதுவே மிகப் பழமையான, இன்றும் உபயோகத்தில் இருக்கும் அதிகார மாளிகை (Oldest Executive Mansion) ஆகும்.

ஆதலால்தான் 1983-இல் யுனெஸ்கோவின் அங்கீகாரம் கிடைத்து இது உலகப் பாரம்பரியச் சின்னமானது (World Heritage Site).

அதன் உள்ளே கைடட் டூர் சேவை இருந்தது. மாளிகையின் வெளிப்புறம், சிற்றாலயம், தோட்டம், தடாகங்கள் ஆகிய பகுதிகள் சுற்றிக் காட்டப்பட்டன. உட்புறம் செல்ல அனுமதியில்லை.

பதினாறாம் நூற்றாண்டிலிருந்து மொத்தம் 170 ஆளுநர்கள் இங்கே தங்கியிருக்கிறார்கள். அது தவிர, ஸ்பெயின் அரசர் வான் கார்லோஸ் (Juan Carlos), நெதர்லாந்து அரசி ஜூலியானா, அமெரிக்க அதிபர் ஜான் எஃப். கென்னடி, அவர் மனைவி ஜாக்குலின் கென்னடி ஆகியோரும் இங்கு தங்கினர். சமீபத்தில் ஜூன் 2011-இல் அமெரிக்க அதிபர் பராக் ஓபாமா இதனை வந்து பார்வையிட்டாராம்.

மாளிகையின் உள் வளாகத்தில் இருந்த சிற்றாலயத்தின் அருகில் குறுகிய சுழல் படிக்கட்டுகளில் இறங்கிச் சென்றால், அதிலே மிகச் சிறிய டஞ்சன் என்று சொல்லப்படும் அறை ஒன்றிருந்தது. அதில்தான் தண்டனை பெற்ற குற்றவாளியை அடைத்து வைப்பார்களாம். ஒரு ஆள் கூட நீட்டிப் படுக்க முடியாத அந்த இடத்தில் பல பேரை அடைத்து வைப்பார்களாம்.

கி.பி.1898-ஆம் ஆண்டு ஸ்பானிஷ்-அமெரிக்கப் போரில் அமெரிக்கா போர்ட்டோ ரிக்கோவைப் பிடித்துக் கொண்டபோது இங்கு தங்கியிருந்த கடைசி ஸ்பானிய ஆளுநர் ரிக்கார்டோ டி ஆர்டெகா (Ricardo De Ortega) தன்னுடைய வாளை உருவி அங்கிருந்த பெரிய கடிகாரத்தில் ஒரு போடு போட, அது அப்படியே நின்று போனதாம்.

1950-இல் போர்ட்டோ ரிக்கோவின் தேசியவாதிகள் இங்கு தங்கியிருந்த ஆளுநரைத் தாக்க உள்ளே நுழைந்தபோது சுட்டுக் கொல்லப்பட்டனர்.

இப்போது மக்களால் நேரடியாகத் தேர்ந்தெடுக்கப்படும் ஆளுநர்கள் இங்கு தங்கி ஆள்கிறார்கள். என் பயணத்தின்போது இருந்த ஆளுநரின் பெயர் அலெக்சாண்ட்ரோ கார்சியா படில்லா (Alejandro Garcia Padilla).

நாங்கள் சுற்றிப் பார்த்துக் கொண்டிருந்தபோது அழகிய வைரமொன்று கழுத்தில் ஜொலிஜொலிக்க ஒரு பளபளப்பான கறுப்பு நிறப் பூனை அங்கு வந்தது. டூர் கைடு சொன்னாள், "அதைச் சீண்டாதீர்கள்" என்று. ஏன் என்று கேட்டேன்.

கறுப்புப்பூனையும் கற்கோட்டையும்!

அது ஆளுநரின் மனைவி வளர்க்கும் பூனையாம். "மிகவும் பெருமை கொண்டது. யாரையும் மதிக்காது. மிகுந்த கோபம் கொண்டது" என்று அவள் சொன்னபடியே அது நிமிர்ந்து கழுத்தை உயர்த்தி டம்பமாக யாரையும் சட்டை செய்யாமல் சீறிக் கொண்டே ராஜ நடை நடந்து கடந்தது. ஆளுநர் வீட்டுப் பூனையல்லவா? நம்மூர்த் தலைவர்கள் பாதுகாப்புக்காக பிளாக் கேட் வைத்துள்ளது போல இங்கே நிஜமாகவே கறுப்புப் பூனையை வைத்திருக்கிறார்கள் போலிருக்கிறது என்று நினைத்துக் கொண்டேன்.

கோட்டைக்குள் உள்ள மற்ற பழைய கட்டடங்கள் அரசாங்க அலுவலகங்களாகச் செயல்படுகின்றன. உயரமான கம்பி கேட்டுகளை விட்டு வெளியே வந்தால் பழைய சேன் வான் நகரின் தெருக்கள் ஏற்ற இறக்கத்துடன் காணப்பட்டன.

வீடுகள் எல்லாம் நம்மூர் போல் செங்கற்களாலும் காரையாலும் கட்டப்பட்டவை. பெரும்பாலான அமெரிக்க நகரங்கள் போல இல்லை. நம்மூர் போலவே கலர் கலரான பெயிண்ட்கள் அடிக்கப்பட்டிருந்தன. பெரும்பாலானவை கடைகளாக மாற்றப்பட்டிருந்தன. ஆனால் தெருக்கள் மிகவும் குறுகலானவை.

அங்கே தற்செயலாக ஆயுர்வேதிக் என்ற கடையைப் பார்த்தோம். உள்ளே சென்றால் நம்மூர்ப் பொருட்கள் எல்லாம் இருந்தன. அரிசி, பருப்பு முதல் எண்ணெய், சோப் என சகலமும் இருந்தன. ஆனால் உரிமையாளரோ அல்லது கடையில் வேலை பார்ப்பவர்களோ நம்மவர்கள் இல்லை.

மரவள்ளி சிப்ஸ் மட்டும் வாங்கிக் கொண்டேன். இன்னும் சில அடிகள் சென்றால் மற்றுமொரு இந்தியக் கடையில் சேலை கட்டிய பூனைக்கண் ஸ்பானிஷ் பெண் ஒருத்தி, கைகளைக் குவித்து "நமஸ்தே" என்றாள். உள்ளே ஒரு குட்டிப் பூம்புகார் போலக் கலைப்பொருட்களால் நிரம்பியிருந்தது. சற்று நேரத்தில் அதன் உரிமையாளர் வந்தார். டெல்லிக்காரராம். நியூயார்க்கில் வாழ்ந்து சமாளிக்க முடியாமல் பல வருடங்களுக்கு முன் இங்கு வந்திருக்கிறார். விலை படுபயங்கரமாய் இருந்தது! "ஒரு மதராசியைப் பார்த்ததில் மகிழ்ச்சி" என்றார்.

நன்றி கூறி விட்டு வெளியே வந்து சில தப்படிகள் நடந்தால் தந்த்ரா இண்டியன் ரெஸ்டாரண்ட் என்று இருந்தைப் பார்த்தேன். செஃப் ரமேஷ் பிள்ளை என்று மூவர்ணத்தில் போட்டிருந்தது. தமிழ்ப்பெயர் போலத் தெரிந்தது. நேற்று தேடியலைந்து மும்பையில் சொந்தச் செலவில் சூனியம் வைத்துக் கொண்டது ஞாபகம் வர, இனிமேல் இப்படி இந்திய உணவுக்காக அலையக் கூடாது என்று எடுத்த சபதம் தந்த்ராவைப் பார்த்ததும் கரைந்து போனது. மணி 11-தான் ஆகிறது. இன்னொரு கோட்டையையும் பார்த்து விட்டு வந்து விடலாம் என நினைத்து மேலேறினோம். கடலோரத்தில் உயரே இருந்த பாறைகளின் பக்கத்தில் இருந்த ரோட்டோரத்தில் நடந்தால் பிரம்மாண்டமான கோட்டை வந்தது.

கேஸ்டில்லோ சேன் ஃபெலிப்பே டெல் மோரோ (Castillo San Felipe del Morro)

இந்த அழகான கற்கோட்டை ரோட்டிலிருந்து சிறிது தூரத்தில் இருந்தது. முழுவதும் வெட்டவெளி. கீழ்ப்புறத்தில் இருந்து பயணியர் வண்டி (shuttle) ஒன்று வரும் என்றார்கள். என் மனைவி காத்திருக்கலாம் என்றாள். நேரமில்லை, நடந்து விடுவோம் என்று

சொல்லி, கிட்டத்தட்ட மூவரையும் இழுக்காத குறையாக அழைத்துச் சென்றேன்.

நல்ல பெஞ்ச் போட்டிருந்த ஒரு அழகிய சிற்றாலயத்தில் மூன்று பேரும் போய் உட்கார்ந்து கொண்டு, "நீ போய்ப் பார்த்து விட்டு வா" என்று அனுப்பி விட்டார்கள். உள்ளே போகுமுன் ஒரு ஜில்லிட்ட ஏ.சி ரூமில் குறும்படம் பார்த்தேன்.

ஐரோப்பாவிலிருந்து அமெரிக்கக் கண்டத்திற்குக் கடல் வழியாக வந்த வியாபாரக் கப்பல்களுக்கும் போர்க் கப்பல்களுக்கும் சேன் வான்தான் முதல் ஸ்டாப். இப்புதிய உலகத்திலிருந்து தங்கமும் வெள்ளியும் தாராளமாக ஐரோப்பாவுக்கு எடுத்துச் செல்லப்பட்டதால் பல நாடுகளுக்கு இத்துறைமுகத்தின் மேல் ஒரு கண் இருந்தது. இப்படிக் கரீபியன் கடலில் முக்கியத்துவம் வாய்ந்த இந்தக் கடற்பகுதியினைப் பாதுகாப்பதற்குக் கட்டப்பட்ட பல கோட்டைகளுள் **சேன் ஃபெலிப்பே டெல் மோரா** மிகவும் முக்கியமான ஒன்று. இன்றும் கம்பீரமாகவும்

உறுதியாகவும் நிமிர்ந்து நிற்கும் இது பல போர்களைச் சந்தித்த கோட்டையாகும்.

இதன் சிறப்பம்சம் கரிட்டாஸ் (Garitas) என்று சொல்லக்கூடிய காவல் கோபுரங்கள். கோட்டையின் ஒவ்வொரு மூலையிலும் சிறியதாக வட்ட வடிவில் இருக்கும் இந்தக் காவல் கோபுரங்களில் சிப்பாய்கள் நின்று கொண்டு இரவும் பகலும் கண்காணிப்பார்கள். துப்பாக்கி வைத்துச் சுட துவாரங்களும் இதில் உண்டு. ஆனால் எதிரிகள் இவர்களைச் சுட முடியாது. இதன் சிறப்புத்தன்மையால் 'கரிட்டாஸ்' போர்ட்டோ ரிக்கோவின் தேசியச் சின்னமாக விளங்குகிறது. தீவிரக் கண்காணிப்பால் கடல் கொள்ளைக்காரர்கள் கூட நெருங்க முடியவில்லை.

<u>ஆங்கிலேயப் படையெடுப்பு</u>

பதினாறாம் நூற்றாண்டில் ஸ்பெயின் மன்னனால் கட்டப்பட்ட இந்தக் கோட்டை முதன் முதலாக ஆங்கிலேயர்களால்தான் தாக்கப்பட்டது. இப்படி ஒரு செல்வம் கொழிக்கும் பூமி இருப்பதைக் கேள்விப்பட்டால் ஆங்கிலேயன் சும்மா இருப்பானா?

ஆனால் கி.பி.1595-இல் சர் ஃபிரான்சிஸ் டிரேக் (Sir Francis Drake) என்பவரின் தலைமையில் வந்த போர்க்கப்பல்கள், டெல் மோரோ கோட்டையின் எதிர்ப்பைச் சமாளிக்க முடியாமல் ஏமாற்றத்துடன் திரும்பிச் சென்றன.

அவர்கள் மீண்டும் கி.பி.1598-இல் அப்போதைய கம்பர்லேண்ட் ஏர்லான ஜார்ஜ் கிளிஃபோர்டு (Earl of Cumberland Lord George Clifford) அவர்கள் தலைமையில் வந்து ஒரு வழியாக எதிர்ப்பைச் சமாளித்து, கரையில் இறங்கிக் கோட்டையை முற்றுகை இட்டனர். டெல் மோரோ கோட்டை இந்த முற்றுகையைப் பல

மாதங்கள் சமாளித்தது. இதற்கிடையில் ஆங்கிலேயப் படையினர் பலர் நோய்வாய்ப்பட்டு இறக்கத் துவங்க, வேறு வழியின்றி ஜார்ஜ் முற்றுகையைக் கைவிட்டுத் தாய்நாடு திரும்பினார்.

டச்சுப் படையெடுப்பு

பின்னர் கி.பி.1625-இல் கேப்டன் பல்டுய்னோ என்ரிக்கோ (Captain Balduino Enrico) தலைமையில் டச்சுப் படைகள் வந்து சேர்ந்தன. டெல் மோரோவை அசைக்க முடியவில்லை. பின்னே, சும்மாவா? இதன் சுவர்கள் 18 அடி அகலம், உயரம் கடல் மட்டத்திலிருந்து 140 அடியாகும்.

டச்சுக் கப்பல்களை நோக்கி டெல் மோராவின் ஸ்பானிய பீரங்கிகள் நெருப்பை உமிழ, தரை வழி ஏறி வந்த டச்சுப் படைகளை சேன் வானின் மக்கள் படை துவம்சம் செய்ததில் அறுபது டச்சு வீரர்கள் அங்கேயே மரணமடைந்தனர். ஸ்பானியப் படையை வழி நடத்திய கேப்டன் வான் டி அமிஸ்குட்டா (Juan de Amezquita) டச்சு கேப்டன் என்ரிக்கோ இருவருக்கும் நேரடியாக நடந்த வாள் சண்டையில் அமிஸ்குட்டாவின் வாள்முனை என்ரிக்கோவின் கழுத்தைப் பதம் பார்த்தது. அதோடு மக்கள் படை டச்சுக் கப்பல்களுக்கும் சென்று அங்கிருந்த எல்லோரையும் கொன்றோ சிறைப்பிடித்தோ டச்சுத் தாக்குதலை முற்றிலுமாக முறியடித்தனர்.

ஆத்திரம் கொண்ட என்ரிக்கோ வழியில் இருந்த ஃபோர்ட்டோலிசாவைத் தீக்கிரையாக்கினான். கோபம் கொண்ட அமிஸ்குட்டா தன் அனைத்துப் படைகளையும் திரட்டி என்ரிக்கோவை ஓட ஓட விரட்ட, டச்சுப் படையெடுப்பு அத்தோடு முடிந்தது. அவர்கள் மீண்டும் வரவேயில்லை.

ஆனால் ஆங்கிலேயர் மீண்டும் வந்தார்கள்.

தந்திரமும் மந்திரமும்!

ஒருமுறை தோற்றாலே ஆங்கிலேயர் விட மாட்டார்கள். இதில் இருமுறை முயன்றும் முடியாமல் போனதால் மூன்றாம் முறை பெரும் படையுடன் வந்தனர்.

ஃபிரெஞ்சுப் புரட்சி நடைபெற்ற சமயம், சந்தில் சிந்து பாடக் கி.பி.1797-இல் சர்.ரால்ஃப் அபர்கிராம்பி (Sir. Ralph Abercromby) தலைமையில் வந்தது படை. முதலில் டிரினிடாடை (Trinidad) வென்று விட்டு உற்சாகத்துடன் சேன் வானை முற்றுகையிட்ட ஆங்கிலப் படை, நாட்கள் செல்லச் செல்ல சேன் வானைப் பிடிப்பது நடக்காத காரியம் என்று தெரிந்து கொண்டார்கள். பொறுமையை இழந்த அபர்கிராம்பி ஏமாற்றத்துடன் திரும்பிச் சென்றார்.

அதன் பின் கி.பி.1815-இல் ஸ்பெயின் அரசரால் வெளியிடப்பட்ட அரசாணையின்படி (Royal Decree of Graces) புலம் பெயர்ந்து வாழ விரும்பும் மக்களுக்காகப் போர்ட்டோ ரிக்கோ திறந்து விடப்பட்டது. ஜனத்தொகையும் பெருகியது. ஆனாலும் தீவு ஸ்பெயின் அரசின் நேரடிக் கண்காணிப்பில் அரசரால் நியமிக்கப்படும் ஆளுநர்களால் தொடர்ந்து ஆளப்பட்டது.

<u>அமெரிக்க ஆக்கிரமிப்பு (ஸ்பானிஷ்-அமெரிக்கப் போர்)</u>

சுமார் நூறு வருடங்களுக்கு எந்தப் பிரச்சினையும் இல்லாமல் கோட்டைப் பாதுகாவலர் சற்றே ஓய்ந்திருந்த சமயத்தில் வந்தது அமெரிக்கக் கப்பற்படை. கி.பி.1896-இல் மே 8-ஆம் தேதி யு.எஸ்.எஸ் டெட்ராய்ட், யு.எஸ்.எஸ் நியூயார்க், யு.எஸ்.எஸ் ஆம்ஃபிடிரைட், யு.எஸ்.எஸ் டெரர், யு.எஸ்.எஸ் மாண்ட்கோமரி,

யு.எஸ்.எஸ் யேல் எனப் பல அமெரிக்கக் கப்பல்கள் அட்மிரல் வில்லியம் டி.சாம்சன் (Admiral William T.Samson) அவர்கள் தலைமையில் சேன் வான் வளைகுடாவுக்கு வந்தன. அப்போது அங்கு வந்த ஸ்பானிய வாணிபக் கப்பலான ரீட்டாவை யு.எஸ்எஸ் யேல் கைப்பற்றிக் கொண்டது.

மே மாதம் 10-ஆம் தேதி கோட்டையை நெருங்கிய யு.எஸ்.எஸ் யேலை நோக்கி பீரங்கித் தாக்குதல் நடத்த ஆணையிட்டார் கேப்டன் ஏஞ்சல் ரிவரோ மெண்டெஸ் (Captain Angel Rivero Mendez) அவர்தான் சான் கிறிஸ்டோபல் கோட்டையின் பாதுகாப்புக்காக நியமிக்கப்பட்டவர். அதற்காக ஸ்பானிய அரசு அவருக்கு குருஸ் டி லா ஆர்டர் டி மெரிட்டோ மிலிட்டரி (The cross of the Order of the Military Merit) என்ற பட்டத்தைக் கொடுத்து கௌரவித்தது.

ஆனால் போர்ட்டோ ரிக்கோ மக்கள் ரிவரோவைத் திட்டி சபித்தனர். ஏனென்றால் அதன் பின் அமெரிக்கக் கப்பல்கள் தமது சக்தி வாய்ந்த குண்டுகள் மூலம் தீவைத் தாக்கிப் பெருத்த அழிவை ஏற்படுத்தின. கொஞ்சம் அவசரப்பட்டுட்டார் போல இருக்கு. எதிரியோட பலம் தெரியாம விளையாடலாமா? கடைசியில் ரிவரோ தலைவணங்கி கோட்டையின் சாவிகளை அமெரிக்கக் கேப்டன் ஹென்றியிடம் ஒப்படைத்தார்.

அதே ஆண்டு ஜூலை மாதம், தீவின் மறுபக்கம் வோனிகா என்ற இடத்தில் 3300 படை வீரர்களுடன் கரையிறங்கிய அமெரிக்க ஜெனரல் நெல்சன் ஏ.மைல்ஸ் (General Nelson A.Miles) எதிர்ப்புகளை முறியடித்துப் பல இடங்களைக் கைப்பற்றினார். 1898 ஆகஸ்ட் 13-இல் அமெரிக்க அதிபர் வில்லியம் மெக்கின்லி (President William McKinley) அவர்களும் ஸ்பானிஷ் அரசு சார்பாக ஃபிரெஞ்சுத் தூதர் யூல்ஸ் கேம்போன் (Jules Cambon)

அவர்களும் போர் நிறுத்த ஒப்பந்தத்தில் கையெழுத்திட்டனர். பின்னர் கையெழுத்தான பாரிஸ் ஒப்பந்தத்தின்படி ஸ்பானிஷ் அரசர் போர்ட்டோ ரிக்கோ தீவை அமெரிக்காவுக்கு முழுமையாக விட்டுக் கொடுத்தார்.

அதன் பின் நடந்த முதலாம் மற்றும் இரண்டாம் உலகப்போர்களில் அமெரிக்காவின் முக்கிய தளமாக போர்ட்டோ ரிக்கோ – குறிப்பாக, சேன் வான் – விளங்கியது. போர்ட்டோ ரிக்கோ மக்கள் அமெரிக்கப் படையில் சேர்ந்து அமெரிக்காவுக்காகப் போரிட்டனர். அன்றிலிருந்து இன்று வரை போர்ட்டோ ரிக்கோ, அமெரிக்கப் பகுதியாக விளங்கி வருகிறது.

கோட்டையின் பல பகுதிகளைச் சுற்றிப் பார்த்தேன். மேற்பகுதியில் இருந்த கலங்கரை விளக்கம், பீரங்கிகள், படை வீரர்கள் தங்கிய இடம், அவர்களின் தளவாடங்கள், டஞ்சன் என்று அழைக்கப்பட்ட சிறைப் பகுதிகள், பேட்டரி என்று சொல்லப்படும் வெடிமருந்துக் கிடங்குகள் ஆகியவற்றைப் பார்த்து முடித்தேன். வந்து பார்த்தால் என் மனைவி, பிள்ளைகளைக் காணவில்லை.

அப்புறம் தேடினால், குறும்படம் காண்பிக்கும் ஏ.சி அறையில் பலர் படத்தை உன்னிப்பாகப் பார்த்துக் கொண்டிருக்க, இவர்கள் மூவரும் ஒருவர் மீது ஒருவர் சாய்ந்து தூங்கிக் கொண்டிருந்தனர். அவர்களை எழுப்பி "வாங்க! சாப்பிடப் போகலாம்" என்றேன். வெளியே வந்ததும் டிராலி ஒன்று கிளம்பும் நிலையில் இருக்க, ஓடிப் போய் ஏறிக் கீழே வந்தோம்.

தந்த்ரா உணவகத்திற்கு வந்து சேர்ந்தோம். மணி மதியம் 2:00. உள்ளே ஒருவரும் இல்லை. ஹலோ ஹலோ என இருமுறை கூவிய பின் போர்ட்டோ ரிக்கோ பெண்ணொருத்தி அதீதப் புன்னகையுடன் வரவேற்றாள். அவள் குரலில் இருந்த

ஆச்சரியத்தில், அவள் அங்கு யாரையும் எதிர்பார்க்கவில்லை போலும்.

'ஐயையோ! இந்திய உணவு என்று மறுபடியும் மாட்டிக் கொள்வோமோ' என்று தயக்கமாக இருந்தது. 'சரி, வந்தது வந்து விட்டோம். செஃப் ரமேஷ் பிள்ளைக்கே வெளிச்சம்' என்று நினைத்துக் கொண்டு மெனுவை மேய்ந்தோம். ஆனால் பார்த்து முடிவு செய்ய விடாமல் அந்தப் பெண் தொணதொணத்துக் கொண்டிருந்தாள். ஒரு வழியாக ஆர்டர் செய்து, சீக்கிரமாகக் கொண்டு வரச் சொன்னேன். அப்போதைக்கு சமோசாவை முதலில் கொண்டு வரச் சொன்னேன். போய் ஒரு 5 நிமிடத்தில் எல்லாவற்றையும் கொண்டு வந்து விட்டாள்.

"என்ன ஆச்சரியம்! என்ன ஒரு தந்த்ரா! என்ன ஒரு மந்த்ரா!" என்றாள் என் மனைவி. ஏனென்றால் அவள்தான் உலகத்திலேயே மிக வேகமாகச் சமையலை முடிப்பவள் என்று நினைத்துக் கொண்டிருந்தாள். இதுதான் இவர்கள் தந்த்ராவா என்று நினைத்துச் சிரித்தபடி "ஃபிரிட்ஜிலிருந்து எடுத்துச் சூடு பண்ண எவ்வளவு நேரம் ஆகப் போகிறது?" என்று மனைவியிடம் சொன்னேன்.

"ஐயையோ! எல்லாமே பழசா?" என்றாள்.

"பேசாம, கடவுளுக்கு நன்றி சொல்லிச் சாப்பிடு" என்றேன்.

'பசி வந்தால் பழசும் மறக்கும்' என மடமடவென்று சாப்பிட்டு முடித்தோம். கூட்டு போலிருந்த சாம்பார், சூடு பண்ணியதால் விறைத்துக் கொண்ட அரிசி, சிக்கன் ஃபிரை என்று பாதகமில்லை.

"ரமேஷ் பிள்ளை எந்த ஊர்?" என்று அந்த வெயிட்ரஸிடம் கேட்டேன். ஏதோ 'நேடு' என்று வருமென்றாள். "தமிழ் நாடா?"

என்று கேட்டபோது கண்களை விரித்து ஆமென்றாள். "அட தமிழன்தானா! அவர் இருக்கிறாரா?" என்று கேட்டேன். "வெளியே போயிருக்கிறார்" என்றாள். 'ஆமாமாம், சூடு பண்ணிக் கொடுப்பதற்குச் செஃப் எதற்கு?' என்று நினைத்துக் கொண்டேன்.

பக்கத்தில் பார் பல நிற, வடிவங்களில் திரவங்கள் நிரம்ப யாருக்கோ காத்துக் கொண்டிருந்தது. வெயிட்ரஸ், பார் டெண்டர், கிச்சன் என்று எல்லாமே இவள்தான் போலிருக்கிறது.

உண்டு முடித்து வெளியே வந்து சில தப்படிகள் நடந்திருப்போம். வெயிட்ரஸ் வெளியே வந்து கூவி அழைத்தாள். சமோசா ரெடியாகி விட்டதாம். அப்படைசர் என்றால் நம்மூரில் முதலில் கொடுப்பார்கள் என்றுதானே அர்த்தம்? கைகளில் வாங்கிக் கொண்டு கிளம்பினோம்.

பிள்ளைகள் பீச்சுக்குப் போக வேண்டும் என்று சொல்ல, "பக்கத்தில் உள்ள கதீட்ரல் மட்டும் பார்த்து விட்டுப் போகலாம்" என்றேன்.

பக்கத்தில் போனவுடன் என் மனைவி ஒரே ஓட்டமாய்த் தெரு அதிர ஓடினாள்.

குண்டு மாங்கா தோப்புக்குள்ளே!

பரிசுத்த ஆவி வந்து விட்டதோ என பயந்தபோது, "அத்தான் இங்க பாருங்க" என்றாள்.

'அட, வேப்பமரம்! அதைப் பார்த்துத்தான் ஓடியிருக்கிறாள். ஐயையோ! இது வேற ஆவியாக இருக்குமோ' என பயந்தேன். ஆனால் ஒன்றுமில்லை. பல வருடங்களுக்குப் பிறகு வேப்பமரத்தைப் பார்த்ததில் வந்த ஆவேசம்தான் அது.

எட்டிப் பறிக்கக் குதித்து வேப்பங்கொழுந்தைக் கொண்டு வந்து என்னைச் சாப்பிடச் சொல்லி வற்புறுத்தினாள். சுகருக்கு நல்லதாம். அவள் குதித்ததைப் பார்த்துச் சிரித்த என் நகைச்சுவை கசப்புச்சுவை ஆனது!

சேன் வான் கதீட்ரல்

மதிய நேரத்தில் ஆளரவம் இன்றிக் கதீட்ரல் பேரமைதியாய், குளிர்ச்சியாய் இருந்தது.

கி.பி.1520-இல் புலம் பெயர்ந்த ஸ்பானியக் கத்தோலிக்க மக்களின் ஆன்மிகத் தேவைகளைப் பூர்த்தி செய்யப் பல ஆலயங்கள் கட்டப்பட்டன. இந்த சேன் வான் கதீட்ரல் கி.பி.1522-இல் கட்டப்பட்டது.

பின்னர் ஸ்பானியக் கத்தோலிக்க மன்னரின் நிதியுதவியால் கட்டடமாகக் கட்டப்பட்டது. ஸ்பானிய காதிக் (Gothic) கட்டடக்கலைக்குச் சான்றாக இன்றும் நிமிர்ந்து நிற்கிறது. 18 மற்றும் 19-ஆம் நூற்றாண்டில் சான் வான் துறைமுகத்திற்கு வரும் எவரும் நேராக இந்தக் கதீட்ரல் வந்து வணங்கி சுகப் பயணம் வாய்த்தமைக்கு நன்றி சொல்லி விட்டுச் செல்வது ஒரு பழக்கமாக இருந்தது.

இங்குதான் போர்ட்டோ ரிக்கோவின் முதல் ஆளுநர் பான்சே டி லியான் அவர்களுடைய மார்பிள் கல்லறை இருக்கிறது.

கேப்பில்லா டெல் கிறிஸ்டோ (Capilla del Cristo)

இறங்கும் வழியில் இந்தப் பழைய அழகிய சிற்றாலயம் இருந்தது. குன்றின் விளிம்பில் இருக்கும் இந்த ஆலயம் மிகவும் புராதனமானது. ஒரு ஸ்பானிய வீரன் தன் குதிரையில் வேகமாக ஏறி வரும்போது வேகத்தைக் குறைக்க முடியாமல் இந்தக் குன்றிலிருந்து மறுபுறம் கீழே விழுந்து இறந்து போனதாகச் சொல்கிறார்கள். இந்தச் சிற்றாலயம் அவன் நினைவாகக் கட்டப்பட்டிருக்கலாம் என்று சிலரும், மேலும் யாரும் இந்தக் குன்றின் மறுபுறம் விழுந்து விடக்கூடாது என்பதால் கட்டப்பட்டது என்று வேறு சிலரும் சொல்கிறார்கள்.

லா ரோகடிவ்வா (La Rogativa)

ஃபோர்ட்டலிசா கோட்டையின் பக்கவாட்டில் வலதுபுறம் இருந்த பழைய ஸ்பானியத் துறைமுகத்தையும் அதன் கரையில் இறகு போல் வருடிய சளக் புளக் சிற்றலைகளையும் ரசித்துக் கொண்டே கீழிறங்கினோம்.

வழியில் இடதுபுறம் நின்ற ஆஜானுபாகு ஆலமரத்திற்கு டாட்டா சொல்லி இறங்கும்போது அந்த இரும்புச் சிற்பங்களை மீண்டும் பார்த்தேன். ஏதோ கிறிஸ்தவப் பாதிரியார் போலத் தெரிந்தது.

வழியில் பல பேரை விசாரித்து அறிந்து கொண்ட செய்தி என்னவென்றால், கி.பி.1797-இல் சேன் வான் நகரத்தை ஆங்கிலேயக் கப்பற்படை முற்றுகையிட்டிருந்தபோது கோட்டையின் உள்ளே அத்தியாவசியப் பொருட்கள் ஒன்றையும் அவர்கள் அனுமதிக்கவில்லை. உள்ளே அனைவரும் பட்டினி. பொறுத்துப் பொறுத்துப் பார்த்த ஆளுநர், பிஷப்பைக் கூப்பிட்டு, ''கடவுள் நிகழ்த்தும் ஒரு அற்புதம்தான் நம்மைக் காக்க முடியும். எனவே ஜெபத்தை ஆரம்பியுங்கள்'' என்று வேண்டினார். எனவே அதே தின மாலையில் பிஷப் தன்னோடு சில போதகர்களையும் கன்னியாஸ்திரீகளையும் அழைத்துக் கொண்டு கையில் தீப்பந்தங்களை எடுத்துக் கொண்டு இறைவனை இறைஞ்சுவதற்காகக் கோட்டையின் விளிம்பிற்குச் சென்றாராம். ஏற்கெனவே முற்றுகையில் சோர்ந்து, பலவீனப்பட்டிருந்த ஆங்கிலேயக் கப்பற்படை மறுபடியும் பெரிய படையொன்று இரவுத் தாக்குதல் நடத்த வருகிறது என்று பின்வாங்கிப் போயே

போயிந்தே! அதன் நினைவாக எழுப்பப்பட்டதுதான் இந்த நினைவுச் சின்னம்.

கீழிறங்கிப் பார்க்கிங்கில் விட்ட காரை எடுத்துக் கொண்டு ரூம் திரும்பினோம். முழு நாளும் பார்க்கிங் செய்ய வெறும் மூன்று டாலர் என்பது ஆச்சரியமூட்டியது. நியூயார்க்கில் 1/2 மணி நேரத்திற்கு 10 முதல் 12 டாலர் வாங்கி விடுவார்கள். களைத்துப் போன என் மனைவி படுக்கையில் தஞ்சம் புக, என் பிள்ளைகள் உடை மாற்றிக் கொண்டு, உற்சாகமாக பீச்சுக்குச் சென்றனர். நானும் மறுபடி காரை எடுத்துக் கொண்டு சில நினைவுப் பொருட்கள் வாங்கி வந்தேன்.

ரூம் திரும்பும்போது, சுடச் சுடப் பொன்னி சாதமும் பூண்டுக் குழம்பும் தொட்டுக் கொள்ள முறுக்கும் இருந்தன. கையால் பிசைந்து கை மணக்க வாய் மணக்க உண்டு முடித்து டி.வி-யை ஆன் செய்தேன். ஒரு குண்டுப் பெண்ணை ஓட வைத்து, ஆட வைத்து, பட்டினி போட்டு ஆறு மாதத்தில் 240 பவுண்டு குறைத்துத் தடி இடையைக் கொடி இடையாக்கிய சாதனையைக் காண்பித்தனர். என் மனைவியை உற்றுப் பார்த்தேன். அவள் புரிந்து கொண்டு முறைத்ததில், 'வேணாம் சாமி! என் கொடி இடை ஓடி இடையாகி விட்டால் என்ன செய்வது?' என்று பயந்து இழுத்து மூடித் திரும்பிப் படுத்தேன்.

காலையில் புத்துணர்ச்சியோடு எழுந்து ரெடியாகி "சேன் கிறிஸ்டபல் கோட்டை மற்றும் கேபிடோலியா பார்ப்பதாக இன்றைய திட்டம்" என்றேன்.

"மறுபடியும் கோட்டையா! ஆளை விடு சாமி" என்று மூவரும் கிட்டத்தட்ட கோரஸாகச் சொல்ல, அவர்களை **ஜலா வெர்டே** என்ற அழகிய கடற்கரைக்கு அழைத்துச் சென்றேன்.

பார்க்கிங் செய்து விட்டு இறங்குவதற்குள் என் மனைவி இறங்கி ஓடினாள். "ஐயையோ! நீ கோட்டைக்கு வர வேண்டாம்! அதற்காகக் கடலில் குதித்து விடாதே" என்று கத்திக் கொண்டே பின்னால் ஓடினேன்.

ஆனால் அவள் ஓடியது ஒரு மாமரத்தை நோக்கி. இலைகளுக்கு நிகராக மாங்காய்கள் இளம்பச்சை நிறத்தில் ஏராளமாகத் தொங்கிக் கொண்டிருந்தன. இடம் - பொருள் - ஏவல் மறந்து, மகள்கள் கடிந்து கொண்டதையும் சட்டை செய்யாது, துள்ளிக் குதித்து இரண்டு மாங்காய்களைப் பறித்து விட்டாள். அவ்வளவு துரித நடவடிக்கையிலும் இளம் பச்சையில் சிவப்போடிய, பழுக்கத் துடிக்கும் காய்களைப் பறித்திருந்தாள்.

யார் வீட்டு மரமோ? என்ன நினைப்பார்களோ? அது பற்றியெல்லாம் சிறிதும் கவலைப்படாமல், தன் படுதாவில் ஓரத்தில் துடைத்து விட்டு ஒரு கடி கடித்தாள். எனக்கும் எச்சில் ஊற, கவனமாக அவள் கையில் இருந்த மற்றொரு காயை வாங்கிக் கடித்தேன். 'ஆஹா, திருட்டு மாங்காய் இத்தனை ருசியா!' என்று நினைத்துக் கொண்டே இன்னொரு கடி கடிக்கக் காயை வாய்க்குக் கொண்டு சென்றபோது அந்த வீட்டிலிருந்து யாரோ வெளியில் வருவது போல் அரவம் கேட்க, சட்டென்று கையில் இருந்த காயைக் கீழெறிந்து விட்டு அவள் கையில் இருந்த காயையும் தட்டி விட்டேன்.

வீட்டின் கதவு மெதுவாய்த் திறந்தது...

புளித்த தோசையும் சலித்த சட்னியும்!

உள்ளிருந்து இரு கையிலும் டாபர்மேனுடனும் வாயில் சுருட்டுடனும் யாராவது வருவார்கள் என்று பார்த்தால், அப்படியொன்றுமில்லை. லேசாகச் சாத்தியிருந்த கதவை நெம்பிக் கொண்டு வந்தது உஜாலாவுக்கு மாறிய ஒரு பொமரேனியன்.

நான் கீழே இருந்த மாங்காயை முறைக்க, என் மனைவி என்னை முறைக்க, "நான் வேறு வாங்கித் தருகிறேன்" என்று சமாதானப்படுத்தி அவளை அழைத்துச் சென்றேன். இந்த டிராமாவைப் பார்த்த என் மகள்கள் இருவரும் சொல்லி வைத்தாற்போல் ஒரே சமயத்தில் தங்கள் தலையில் அடித்துக் கொண்டனர்.

பின்னர் சிறிது நடந்து சென்றால் ஜலா வெர்டே (Isla verde) கடற்கரை. காலை இளம் தென்றல், எழுந்து வரும் சூரியனின் கோபத்தைத் தணிக்கச் சாமரம் வீசியது. வெண்மை நிற லேஸ் வைத்துத் தைக்கப்பட்ட இளநீலப் பாவாடை அணிந்து, அன்னநடை நடக்கும் விடலைப்பெண் போல அலைகள் அசைந்து விளையாட சூப்பராய் இருந்தது!

கடற்கரையில் அதிகக் கூட்டமில்லை. அங்கேயே இருந்து விட மனம் கெஞ்சியது. ம்ஹும்! இன்னும் பார்க்க வேண்டிய மூன்று முக்கிய இடங்கள் அழைத்ததால் என் மனைவி, மக்களை அங்கேயே விட்டுவிட்டுக் கிளம்பத் தீர்மானித்தேன்.

"இங்கேயே இருந்து விடுங்கள்" என்று என் மனைவி சொன்னாள். "உப்புத் தண்ணியாய் இருக்கிறது. இல்லாவிட்டால் இருந்து விடுவேன்" என்று சொல்ல அவள் முறைத்தாள். ஆனாலும் எடுத்த முடிவின்படி கிளம்பினேன்.

காசா அல்கேடியா (Casa Alcadia)

முதல் ஸ்டாப் **காசா அல்கேடியா** என்று அழைக்கப்பட்ட 'சிட்டி ஹால்'. நகர அரசாங்கம் இங்கிருந்துதான் இயங்குகிறது. கி.பி.1602-இல் கட்டப்பட்ட இந்தக் கட்டடம் ஸ்பெயினின் தலைநகரம் மேட்ரிட்டில் உள்ள சிட்டி ஹால் போலத் தோற்ற மளிக்கும் வகையில் கி.பி.1840-இல் மாற்றியமைக்கப்பட்டதாம். அச்சு அசலாக அதன் மாதிரியாக இது விளங்குகிறதாம். மேட்ரிட் (Madrid) போனால் பார்க்க வேண்டும்.

எல் கேப்பிடோலியோ டி போர்ட்டோ ரிக்கோ (El Capitolio de Puerto rico)

அதே வரிசையில் கடலோரத்தில் இருந்த மிகப் பெரிய கட்டடம் இது. மற்ற கட்டடங்களை ஒப்பிட்டுப் பார்க்கும்போது இது சற்றுப் புதியது. கி.பி.1920-இல் கட்டப்பட்டது. இதுதான் போர்ட்டோ ரிக்கோவின் செனட்டர்கள், பிரதிநிதிகள் கூடும் சட்டசபை. அவர்களின் அலுவலகங்களும் இங்கேதான் இருக்கின்றன.

உயர் ரக மார்பிளில் கட்டப்பட்ட இம்மாளிகை ஓவியங்கள் மற்றும் சிற்பங்களால் நிரம்பியிருந்தது. குறிப்பாக, கோள வடிவ விதானத்தில் வண்ணமயமான ஓவியங்கள் போர்ட்டோ ரிக்கோவின் வரலாற்றை எடுத்துரைத்தன.

கீழே நடுவில் போர்ட்டோ ரிக்கோவின் அரசியல் அமைப்பு (Constitution) சட்டமிடப்பட்டு வைக்கப்பட்டிருந்தது. கூடவே போர்ட்டோ ரிக்கோவின் பல முன்னாள் தலைவர்களுடைய மார்பளவுச் சிற்பங்கள் அரங்கில் நிறைந்திருந்தன.

பெர்கின் (Perkin) என்பவரால் உருவாக்கப்பட்ட டிசைனிலிருந்து பெரும்பாலும் கட்டப்பட்டாலும், முக்கிய நடுப்பகுதி நியூயார்க் கொலம்பியப் பல்கலைக்கழகத்தின் லோ மெமோரியல்

நூலகத்துடைய (Low Memorial Library) அமைப்பில் கட்டப்பட்டது.

போர்ட்டோ ரிக்கோவின் மிக முக்கியக் கட்டடமாகிய இது 1977-இல் வரலாற்று இடங்களுக்கான அமெரிக்க தேசியப் பதிவேட்டில் (U.S. National Register of Historic Places) சேர்க்கப்பட்டது.

அதற்குள் சாப்பாட்டு நேரம் வர, வயிறு கூப்பாடு போட்டது. தற்செயலாக வந்த ஓ.சி பயணியர் வண்டியில் ஏறி மீண்டும் குன்றுப் பகுதிக்கு வந்தேன். அங்கேதான் தந்த்ரா உணவகம் இருப்பது நினைவு வர அங்கு சென்றேன். ஏதோ, தமிழன் நடத்தும் கடைக்கு நம்மால் ஆன உதவி.

மறுபடியும் அங்கே ஒருவரையும் காணோம். தொண தொண பெண்ணையும் அன்று காணோம். அடச்சே! சிறிது நேரம் சென்று ஒரு மொட்டை வந்தான். "வெளியே இருக்கும் ஹாட் வெதருக்கு ஏற்ப இதமான ஒரு மார்ட்டினி சாப்பிடுகிறீர்களா" என்று கேட்டான். "புதன்கிழமை நான் லிக்கர் சாப்பிடுவதில்லை" என்று சொல்லி மெனுவை ஆராய்ந்தேன்.

எதை ஆர்டர் பண்ணாலும் சுட வைத்த பழையதுதான் கிடைக்கும் என்று நினைத்துக் கொண்டு சேஷபாக ஒரு தோசை கேட்டேன். மாவு பழசானாலும் தோசை புதுசாத்தானே ஊத்தணும்? இப்ப என்ன செய்வீக? இப்ப என்ன செய்வீக? அதோடு 5 டாலர்தான் போட்டிருந்தான். "தொட்டுக் கொள்ள என்ன வேண்டும்" எனக் கேட்டான். 'இதெல்லாம் ஒரு கேள்வி' என்று நினைத்துக் கொண்டு, "அதான், சாம்பார் சட்னி" என்று சொன்னேன். "மூன்று வகைச் சட்னி இருக்கிறது. எது வேண்டும்?" என்றான். பார்ரா! பரவாயில்லையே! "மூன்றையும் கொண்டு வா" என்றேன்.

தோசை விரைவாகவே வந்தது. ஆனால் அது பார்ப்பதற்கு தோசைக்கும் ஊத்தப்பத்துக்கும் நடுவில் இருந்தது. சுட வைத்த சாம்பாரும் வந்தது. மூன்று சட்னிகள் சற்றுச் சில்லென்று இருந்தன. தக்காளிச் சட்னி, புதினாச் சட்னி, தேங்காய் சட்னி. தேங்காய்ச் சட்னியும் புதினாச் சட்னியும் ஒரே கலரில் இருந்ததல்லாமல் ஒரே சுவையுடனும் சற்றே சலித்துப் போய் இருந்தது. தோசையும் புளிப்பாய்! எந்த வருடத்து மாவு என்று தெரியவில்லை. சாம்பார் மட்டும் கூட்டு போல் கெட்டியாய் இருந்ததால் அதனை முழுவதுமாகச் சாப்பிட்டு விட்டு பில் கேட்டேன். பில்லைப் பார்த்தவுடன் திகைப்புடன் சேர்ந்த கோபம் வந்தது.

தோசை என்னவோ ஐந்து டாலர்தான். ஆனால் சட்னி ஒவ்வொன்றும் 3.50 டாலர், சாம்பார் பத்து டாலர். ஆக மொத்தம் டயட் கோக்கோடு 18% கிராஜூவிட்டி, அப்புறம் விற்பனை வரி சேர்த்துக் கிட்டத்தட்ட 35 டாலர் ஆயிப் போச்சு!

என்ன அநியாயம்! தோசைக்கும் சட்னிக்கும் தனியாக நியூயார்க் சரவணபவன் உட்பட எங்கேயுமே இதுவரை நான் காசு கொடுத்ததில்லை. ஒரு வறண்டு போன புளிப்புத் தோசைக்கு 35 டாலரா? மறுபடியும் சொ.செ.சூ! கொடுமைடா சாமி, என்று டிப்சைத் தவிர்த்து அவசரமாக வெளியே வர எழுந்தேன்.

அப்போது மதுபானங்கள் பெட்டிப் பெட்டியாய் வந்து இறங்கின. ஆட்கள் யாரும் வருவது போல் இல்லை. "மதுபானங்கள் இவ்வளவு தேவையா?" என்று அந்த கோவாவைச் சேர்ந்த மொட்டையிடம் வினவினேன்.

துரத்திய இக்வானாவும் கடத்திய மாம்பழமும்!

இரவு நேரத்தில் பலர் வருவார்களாம். முக்கிய பிஸினெஸ் அக்டோபர் முதல் ஜனவரி வரை இருக்குமாம். அப்போது குரூஸ் கப்பல்கள் பல வருமாம். ஒவ்வொரு கப்பலிலுமிருந்து ஏராளமானவர் கரைக்கு வரும்போது வியாபாரம் களை கட்டுமாம்.

"ஆமாம், ஆனால் இப்போது எதற்கு இவ்வளவு மது?" என்று கேட்டபோது "ஒ! உங்களுக்குத் தெரியாதா? நாளையிலிருந்து ஞாயிற்றுக்கிழமை வரை சமையல் திருவிழா (culinary festival) இங்கே நடக்க விருக்கிறது. இங்குள்ள எல்லா ரெஸ்டாரண்ட்டுகளும் வெளியே டேபிள் சேர் போட்டு, எங்களுடைய பெஸ்ட் உணவு வகைகளைப் பரிமாறுவோம்" என்றான்.

"இந்த நான்கு நாட்களில் சுமார் ஒரு மில்லியன் மக்கள் இங்கு வருவார்கள். நீங்களும் கண்டிப்பாய் வாருங்கள்" என்றான்.

"எது உங்கள் பெஸ்ட்?" என்று கேட்டபோது, "சிக்கன் வகைகள் மற்றும் தோசை வகைகள்" என்று சொன்னான்.

"என்னது தோசையா! ஐயா, ஆளை விடு!" என்று நினைத்துக் கொண்டு, "இல்லையப்பா, நாளைக்குக் காலை எங்களுக்கு ஃபிளைட்" என்றேன். தொடர்ந்து "என்ன ரமேஷ் பிள்ளையைக் காணோம்?" என்று கேட்டேன்.

"அதோ, மதுபானங்களைத் தூக்கிக் கொண்டு போறாரே? அவர்தான். பேச வேண்டுமா?" என்றான்.

"இல்லையப்பா வேண்டாம்" என்று பில்லுக்குப் பணம் கட்டிவிட்டு வெளியே வந்தேன். அவரிடம் பாராட்டிச் சொல்வதற்கு என்ன இருக்கிறது? அங்குள்ள சதுக்கத்தில் கிடைத்த பழ சாலட்டைச் சாப்பிட்டு வயிற்றை நிரப்பிக் கொண்டு கோட்டைக்குப் பொடி நடையாய்க் கிளம்பினேன்.

கேஸ்டில்லோ டி சான் கிறிஸ்டபல் (Castillo de San Cristobal)

கடல் வழிப் பாதுகாப்புக்காக டெல் மோரோ கோட்டை இருந்தாலும், டச்சுப் படைகள் தரைவழித் தாக்குதல் நடத்தியதால் ஸ்பானிய அரசு கி.பி.1783-இல் கட்டி முடித்த கோட்டைதான் இது. 27 ஏக்கர் பரப்பில் அமைந்துள்ள இந்தக் கோட்டைதான் ஸ்பெயின் அரசால் 'புது உலகத்தில்' கட்டப்பட்ட மிகப் பெரிய கோட்டையாகும்.

சேன் வான் நகரின் வழியை இந்தக் கோட்டையின் இரு பெரும் வாயில்கள் காத்து நின்றன. பின்னர் 1897-இல்தான் போக்குவரத்து நெரிசலைக் குறைக்கக் கோட்டையின் ஒரு பகுதி

தகர்க்கப்பட்டது. இது **செரோ டி சான் கிறிஸ்டபல்** என்று அழைக்கப்படும் குன்றின் மேலுள்ள கோட்டை.

ஆங்கில மற்றும் டச்சுப் படைகளை எதிர்த்து வென்ற பின் ஸ்பெயின் அரசு இந்தக் குன்றின் பெயரை இப்படியாக மாற்றியதாம். பிரிட்டிஷ் கப்பல் படையில் சர்.ரால்ஃப் அபர்கிராம்பி தலைமையில் வந்த 13 ஆயிரம் போர் வீரர்கள் நடத்திய தரைவழித் தாக்குதலைக் கிட்டே நெருங்க விடாமல் ஒரு மைல் தொலைவிலேயே முறியடித்து இந்தக் கோட்டைதான்.

கி.பி.1824-இல் மரியா டி லாஸ் மெர்சிடிஸ் பர்புடோ (Maria de las Mercedes Barbudo) என்ற உண்மையான புரட்சித்தலைவி போர்ட்டோ ரிக்கோவின் விடுதலைக்காக ஆயுதப் போராட்டம் நடத்தினாராம்.

மரியா அப்போது வெனிசுலா அரசின் தலைவராக இருந்த சைமன் பொலிவார் (Simon Bolivar) உதவியுடன் நடத்திய தாக்குதலையும் இந்தக் கோட்டை முறியடித்தது. பின்னர் மரியா இங்கேயே சிறிது நாட்கள் சிறை வைக்கப்பட்டு, அதன் பின் கியூபாவுக்கு நாடு கடத்தப்பட்டாராம். அந்த டஞ்சனையும் பார்த்தேன்.

அதன் பின்னர், ஏற்கெனவே நான் எழுதியபடி கி.பி.1898 முதல் இது அமெரிக்க வசம் வந்தது. 1942-இல் நடந்த இரண்டாம் உலகப்போரில் அமெரிக்க ராணுவத்தளமாக இது விளங்கியபோது பாதாள அறைகள் அமைக்கப்பட்டன. 1961 வரை அமெரிக்க ராணுவத்தின் ஒரு பிரிவு இங்கு தங்கியிருந்தது. அதன் பின் அமெரிக்கத் தேசியப் பூங்கா அமைப்பிடம் (US National Park Service) ஒப்படைக்கப்பட்டு இப்போது அவர்கள் பராமரிப்பில் அருங்காட்சியகமாக விளங்குகிறது. கி.பி.1983-இல்

52

இது உலகப் பாரம்பரியச் சின்னமாக (Word Heritage Site) அங்கீகரிக்கப்பட்டது.

உள்ளே ஒவ்வொரு பகுதியும் நன்கு பராமரிக்கப்பட்டிருந்தது. வழக்கம் போல் ஆவணப்படம் பெரிய திரையரங்கில் காட்டப்பட்டது.

டெல் மோராவில் பார்த்த அதே படம்தான். ஆனால் பெரிய திரையில். எனவே அதனைத் தவிர்த்து வெளியே வந்தேன். மாடியில் திறந்தவெளியின் சுவரில் இக்வானா என்கிற ஒரு வகைப் பல்லி என்னை உற்று உற்றுப் பார்த்தது. பயந்து போன நான் பார்வையைத் தவிர்த்து உள்ளே சென்றேன்.

குறுகலாக இருந்த சுரங்கப்பாதையில் உள்ளே சென்றால் அங்கே போர் வீரர்கள் தங்குமிடங்கள், பயிற்சி செய்யும் இடம், தளவாடங்கள் வைக்கும்இடம், வெடி மருந்துக்கூடம், அதிகாரிகள் தங்குமிடம் என ஒவ்வொன்றும் பெரிய அளவில் விசாலமாக இருந்தன. சிறிய குகை போன்ற வாயிலில் உள்ளே சென்றால், ஜன்னல்கள் எதுவும் இல்லாத சிறைக்கூடம் (Dungeon) வந்தது. யாரெல்லாம் அங்கு இருந்தார்களோ? ஆனால் சுவரில் சில இடங்களில் சிறு சிறு கப்பல்கள் வரையப்பட்டிருந்தன.

விடுதலை நினைவோடு, மீண்டும் தாய்நாட்டுக்கு எப்போது திரும்புவோம் என்று கனவு கண்ட கைதிகள் வரைந்திருப்பார்கள் என நினைத்தபோது மனதுக்குக் கஷ்டமாக இருந்தது.

திரும்பவும் வெளியே திறந்தவெளிக்கு வந்தபோது சில பேர் ஏதோ ஒன்றை போட்டோ எடுத்துக் கொண்டிருந்தனர். என்னவாக இருக்கும் என்று எட்டிப் பார்த்தால் அந்தப் பெரிய இக்வானா சுவரின் பொந்திலிருந்து கீழிறங்கி வந்து அங்கே சட்டமாக உட்கார்ந்து அங்குமிங்கும் பார்த்த வண்ணம் இருந்தது.

'ஐயையோ! என்னைத் தேடித்தான் வந்திருக்குமோ' எனக் கலவரப்பட்ட நான் வாயிலை நோக்கி ஓடினேன். மிகப் பெரிய அளவில் இருந்த அது எவ்வளவு காலம் அங்கு வாழ்கிறதோ தெரியவில்லை.

ரூமுக்குத் திரும்பிய என்னை, "என்ன, ஒன்று விடாமல் பார்த்தாச்சா?" என்று கேட்டுப் புன்னகைத்தாள் என் பாரியாள். சூடான தக்காளி சாதம் சிப்சுடன் ரெடியாக இருந்தது. காலையில் ஃபிளைட் என்பதால் சீக்கிரமாய்த் தூங்கி விட்டோம்.

எழுந்து, பேக் செய்து, வாடகைக் காரைத் திரும்பக் கொடுத்து விட்டு, அவர்களின் பிரத்தியேக வேனில் பயணம் செய்து ஏர்போர்ட்டுக்குப் போனோம்.

நான் எவ்வளவு சொல்லியும் கேளாமல் கொண்டு வந்திருந்த மாம்பழங்கள் கஸ்டம்சில் பறி போயின. கஸ்டம்டா சாமி! "நீங்களே வைத்துக் கொள்ளுங்கள்" என்று அந்தப் பெண்மணியிடம் என் மனைவி சொன்னாள் பெருந்தன்மையுடன்.

ஜெட் புளூ டைரக்ட் ஃபிளைட் நியூயார்க், ஜான் கென்னடி விமான நிலையத்திற்கு மதியம் 3 மணிக்கு வந்து சேர, டாக்சி பிடித்து வீட்டிற்கு நாலு மணிக்கெல்லாம் வந்து சேர்ந்தோம்.

அன்றிரவு கோதுமைத் தோசை சாப்பிடும்போது ஒரு மாம்பழக் கீற்றைக் கொடுத்தாள் மனைவி. அது ஒரு துளி அமுதமாய் நாவில் சுரக்க, என் மனைவியை ஆச்சரியத்துடன் பார்த்தேன். கண்ணடித்துச் சிரித்தாள். இவ்வளவு கெடுபிடிக்கிடையில் எப்படியோ ஒன்றிரண்டு மாம்பழங்களைக் கடத்தியிருக்கிறாள்.

சந்திப்போம் 'டெக்சாஸில் பரதேசி' புத்தகத்தில்...

பரதேசியின் பிற நூல்கள்!

சீனாவில் பரதேசி (பரதேசியின் பயணங்கள் - 1)

சீனாவின் முக்கியச் சுற்றுலாத் தலங்கள் அனைத்தையும் கண்முன் கொண்டு வரும் நூல்! ஏராளமான படங்களுடன்!

வெறும் புத்தகம் இல்லை!

சீனா செல்லும் ஒவ்வொரு தமிழருக்குமான வழிகாட்டி!

* * * * *

இலங்கையில் பரதேசி (பரதேசியின் பயணங்கள் - 2)

புத்தரின் புனிதப் பல் கோயில் உட்பட இலங்கை அரண்மனைகள், மாளிகைகள், உயிரியல் பூங்காக்கள், அருங்காட்சியகங்கள் எனப் பற்பல பகுதிகளை நேரில் செல்லாமலே பார்த்து மகிழ ஒரு வாய்ப்பு!

ஏராளமான வரலாற்றுத் தகவல்களுடன்!

இலங்கைச் சுற்றுலா செல்ல விரும்புவோர் தவற விடக்கூடாத நூல்!

* * * * *

மெக்சிகோவில் பரதேசி (பரதேசியின் பயணங்கள் - 3)

மெக்சிகோ பிரமிடுகள், இரண்டு ஆள் உயர ராட்சதக் கற்றாழைகள், அஸ்டெக் பழங்குடிகளின் வரலாறு என செவ்விந்தியர் உலகத்தில் சிற்றுலா செல்ல ஒரு வாய்ப்பு!

படித்துப் பாருங்கள்!

* * * * *

இஸ்தான்புல்லில் பரதேசி (பரதேசியின் பயணங்கள் - 4)

ஆயிரக்கணக்கான ஆண்டுகள் பழமை வாய்ந்த இஸ்தான்புல் நகரின் பிரம்மாண்ட மாட மாளிகைகளையும் பள்ளிவாசல்களையும் உங்கள் மனக்கண்ணில் திரையிடும் முயற்சி!

சுற்றுலா விரும்பிகளும் வரலாற்று ஆர்வலர்களும் கட்டாயம் படிக்க வேண்டிய ஒன்று!

* * * * *

டெக்சாஸில் பரதேசி (பரதேசியின் பயணங்கள் - 6)

பரதேசியின் எழுத்துக்கு ஒரு குட்டி எடுத்துக்காட்டு!

டெக்சாஸின் ஆஸ்டின் நகரத்தில் இரண்டு நாள் பயணம்!

டெக்சாஸ் சட்டமன்றம், உச்சநீதிமன்றம், முன்னாள் அதிபர் லிண்டன் ஜான்சன் அருங்காட்சியகம் ஆகியவற்றைப் பார்த்து மகிழுங்கள்!

* * * * *

நியூயார்க் பக்கங்கள் (முதல் பாகம்)

22 ஆண்டுகளாக அமெரிக்காவில் வாழும் ஒரு தமிழனின் சுவைமிகு அனுபவங்கள்!

ஏராளமான படங்களுடன்!

சிரிக்கவும் சிந்திக்கவும் வைக்கும் வாழ்க்கைப் பதிவு!

* * * * *